கற்றலில் சிரமப்படும் குழந்தையுடைய அம்மாவின் குரல்...

(VOICE OF A MOTHER HAVING A CHILD WITH LEARNING DIFFICULTY)

இது யாருடைய பிரச்சனை?

தனிப்பட்ட பிரச்சனையா?

குடும்பப் பிரச்சனையா?

சமுதாயப் பிரச்சனையா?

JAGATHA

Made with ♥ on the Notion Press Platform
www.notionpress.com

கற்றலில் சிரமப்படும்

குழந்தையுடைய

அம்மாவின் குரல்...

KARTHIK GOWTHAM

MANAGING DIRECTOR OF DIVINE MOTHERS ACADEMY
(An academy for mothers with Learning Disability Child)
My heartful thanks to Karthik Gowtham, who is responsible to develop this Academy.

கற்றலில் சிரமம் உள்ள குழந்தைகளின் தாய்மார்களுக்காக நடத்தப்படும் அகாடெமி

கார்த்திக் கௌதம் (MD) இந்தப் அகாடெமி உருவாவதற்கு காரணமாக இருந்தவர், முதலில் அவருக்கு என் நெஞ்சார்ந்த நன்றியை தெரிவித்துக் கொள்கிறேன்.

JAGATHA

Founder and CEO of DIVINE MOTHERS ACADEMY
அர்ப்பணம்

1. என்னை நம்பி கார்த்திக் கௌதமை என் மகனாக என்னிடம் அனுப்பிய கடவுளுக்கு நன்றி.

2. என்னை இந்த பூமிக்கு கொண்டு வந்து எனக்கு உயிர் கொடுத்த என் பெற்றோருக்கு நன்றி.

3. என் மூலமாக இந்த பூமிக்கு வந்து என்னைத் தாயாக ஏற்றுக் கொண்டு, எனக்கு அன்பையும், நம்பிக்கையையும் கொடுத்த என் மகன் கார்த்திக் கௌதம்-க்கு நன்றி.

4. தன்னலம் பார்க்காமல், தன் குழந்தையின் நலனை மட்டுமே பார்க்கும் அனைத்து டிவைன் அம்மாக்களுக்கு நன்றி.

5. சிறப்புக் குழந்தைகளுக்கென பள்ளிகளை நடத்திக் கொண்டிருக்கும் அனைத்து நல் உள்ளங்களுக்கு நன்றி

VISION

To Empower the mothers to create a divine world for their learning disability children and to achieve their full potential.

MISSION

To help mothers with learning disability children become emotionally intelligent by inspiring, educating with tools of emotional intelligence.

VALUES

Team Work

Dedication

Devotion

Authenticity

Compassion

ஏன் இந்தப் பள்ளி அல்லது கலைக்கூடம்?

டிவைன் மதர்ஸ் அகாடெமி (Divine Mothers Academy) உருவாவதற்கு காரணம் என் மகன் கார்த்திக் கௌதம். என் மகனுக்கு கற்றலில் சிரமம் (Dyslexia) இருப்பது தெரியாமல், படிப்பதில் அவன் பின்தங்கியிருப்பதை என்னால் புரிந்து கொள்ள முடியவில்லை. இதை பற்றின விழிப்புணர்வு இல்லை. ஒரு தாயாக அவனை எவ்வாறு வளர்ப்பது என்று புரியாமல் தவித்தேன். கற்றலில் சிரமம் பற்றிய புரிதல் வர நீண்ட காலம் ஆனது. என்னுடைய கஷ்டத்தை மற்ற தாய்மார்களுக்கு ஏற்படாமல் இருக்க வேண்டும் என்ற நோக்கத்துடன் உருவானதே எங்கள் டிவைன் மதர்ஸ் அகாடெமி. மேலும் கற்றலில் சிரமம் இருக்கும் குழந்தைகளின் தாய்மார்களுக்கு தன்னம்பிக்கை மற்றும் சுயமரியாதை வளர்க்கவும் அவர்களுடைய உணர்ச்சிகளின் நுண்ணறிவை அதிகரிக்கவும் உதவிகரமாக இருக்கும்.

jagatha2023@gmail.com

+91 9047224760

மின்னஞ்சல் மற்றும் தொலைபேசி எண்ணைப் பயன்படுத்தி எங்களைத் தொடர்பு கொள்ளலாம். நீங்கள் சொல்வதைக் கேட்க நாங்கள் எப்போதும் இங்கே இருக்கிறோம்.

உள்ளடக்கம்

முன்னுரை

"நீங்கள் எதிர்காலத்தில் எந்த மாதிரி வாழ்க்கை வாழணும் என்று நினைக்கிறீர்களோ, அந்த வாழ்க்கையைக் கனவு காணுங்கள்" என்று கூறியுள்ளார் திரு.APJ அப்துல்கலாம் அவர்கள்.

இந்த உலகில் பிறந்த ஒவ்வொருவருக்கும் ஏதாவது ஒரு கனவு நிச்சயம் இருக்கும். ஆனால், அந்தக் கனவை நிஜமாக்க ஒரு சிலரால் மட்டுமே முடியும். அந்தக் கனவுக்கு ஒரு வடிவம் கொடுத்து அதில் கவனம் செலுத்த வேண்டும். நாம் என்னவாக ஆக வேண்டும் என்று நினைக்கிறோமோ, அதுவாகவே ஆகிவிட்டதாக காட்சியாகப் பார்க்கவேண்டும், நம்ப வேண்டும் உணர்வுப்பூர்வமாக அணுக வேண்டும்.

நம் வாழ்க்கையில் ஒவ்வொரு தோல்விக்கும் ஒரு காரணம் இருக்கும். அதே போல் ஒவ்வொரு வலிக்கும் (மனவலி) ஒரு காரணம் இருக்கும். அந்த வலிக்கு மருந்தை நம் நோக்கமாக மாற்றிக் கொண்டால், வலிகள் வழிகளாக மாறிவிடும். நம் வாழ்க்கையும் அர்த்தமுள்ளதாகவும் இருக்கும். அந்த நோக்கத்திலேயே நம் கவனம் முழுவதும் இருக்க வேண்டும்.

அந்த வலியிலிருந்து பிறந்தது தான் எங்களுடைய பள்ளி. அதன் பெயர் டிவைன் மதர்ஸ் அகாடெமி (DIVINE

MOTHERS ACADEMY). எங்கள் பள்ளியில், கற்றலில் சிரமம் (Dyslexia, Autism, ADHD,….) போன்று உள்ள குழந்தைகளின் அம்மாக்களுக்கு, அவர்களின் எதிர்மறை எண்ணங்களிலிருந்து எவ்வாறு வெளிவருவது, தங்களுடைய குழந்தைகளிடம் எவ்வாறு அணுகுவது போன்றவற்றிற்கு உதவும் வகையில் பயிற்சி அளிக்கப்படும்.

"கற்றலில் சிரமம் இருக்கும் குழந்தையை டிவைன் குழந்தை என்றும், அவர்களுடைய அம்மாவை டிவைன் அம்மா" என்று தான் குறிப்பிடுகிறேன்.

ஒரு டிவைன் அம்மாவின் கனவு என்னவாக இருக்கும் எப்படியெல்லாம் இருந்தால் நன்றாக இருக்கும் என்று யோசிக்கும் போது கிடைத்ததுதான் இந்த பள்ளியை ஆரம்பிக்கும் எண்ணம்.

டிவைன் குழந்தைகளின் பிறப்பு அதிகரித்துக் கொண்டே போகிறது. நிறைய தாய்மார்கள் அவர்களை எவ்வாறு வளர்ப்பது என்று தெரியாமலும், புரியாமலும் குழம்பிப் போயிருக்கிறார்கள. நானும் ஒரு டிவைன் குழந்தையின் தாய் தான். என் மகனை வளர்க்கும் போது எனக்கு ஏற்பட்ட வலிகள் (மனவலி) ஏராளம். அப்பொழுதெல்லாம் இதனைப்பற்றிய விழிப்புணர்வு அதிகமாக இல்லை. இப்போது இதைப்பற்றிய விழிப்புணர்வு அதிகரித்திருக்கிறது. இருப்பினும் டிவைன்

அம்மாக்களின் மனவேதனை குறைக்கவும், அவர்களிடம் நேர்மறை எண்ணங்களை அதிகரிக்கவும் அவர்களுக்கு உதவி தேவைப்படுகிறது.

"முடியாததை எண்ணிக் கவலைப்படுவதை விட, நம்மால் எதை உருவாக்க முடியுமோ, அதில் நம்முடைய ஆற்றலை செலுத்துவது சிறந்தது".

ஒரு குழந்தையின் எண்ணம்

வார்த்தைகள் இல்லாமல் பேசினேன்...

கண்கள் இல்லாமல் பார்த்தேன்...

காற்றே இல்லாமல் சுவாசித்தேன்...

கவலைகள் இல்லாமல் வாழ்ந்தேன்...

எங்கே?... என் தாயின் கருவறையில் மட்டும்!

அம்மாவைப் பற்றி

ஆயிரம் சொந்தங்கள்

அணைத்திட இருந்தாலும்

அன்னையைப் போன்று அன்பு

செய்ய யாரும் இல்லை

இவ்வுலகில்.... ! ! !

இவ்வாறு அம்மாவைப் பற்றிய சிறந்த கருத்துக்கள், வார்த்தைகள் (வார்த்தை மட்டுமல்ல... உண்மையும் அதுவே) எக்கச்சக்கமாக இருக்கிறது. தன் குழந்தை எப்படி இருந்தாலும் அதை ஏற்றுக் கொள்ளும் மனப்பக்குவம் ஒரு தாய்க்கு மட்டும் தான் இருக்கிறது.

குழந்தைப் பிறந்து ஓரிரு வருடம் ஆகும் பொழுது அவர்களுக்கு ஏதாவது குறைபாடு (குறைபாடு என்று கூற எனக்கு விருப்பமில்லை அதனால் சிரமம் என்றே அழைக்க விரும்புகிறேன்) இருந்தால், அதை எந்த ஒரு பெற்றோராலும் தாங்கிக் கொள்ள முடியாது.

அதை எவ்வாறு சரிசெய்யலாம், அவர்களை எப்படியெல்லாம் கவனிக்கலாம், அவர்களுக்கு எந்த மருத்துவம் பார்க்கலாம், என்று பார்த்துப் பார்த்து செய்வார்கள். ஆனால் எக்காரணத்தைக் கொண்டும் தன் குழந்தையை குறைவாகவோ, பாரமாகவோ எண்ணுவதில்லை.

ஆனால் அவர்களுக்கு இருக்கும் வலி தனக்குப்பின் தன் குழந்தையை யார் பார்த்துக் கொள்வார்கள்? இந்த சமுதாயம் அவர்களை எவ்வாறு பார்க்கும், எவ்வாறு நடத்தும்? என்றும், இல்லை அவர்கள் ஒதுக்கி வைக்கப்படுவார்களா? என்ற எண்ணம் மட்டுமே அவர்களை மிகவும் வலிமையிழக்கச் செய்யும். மேலும் தன் குடும்பம் இதை எவ்வாறு பார்க்கும், தன்

மேல் குறை கூறுவார்களா? என்றும் யோசிக்கத் தோன்றும். அதனால், பெற்றோர்களின் எண்ணம் மற்றும் உணர்ச்சிகள் எதிர்மறையாகவே இருக்கும்.

பள்ளியின் தொலைநோக்குப் பார்வை
(VISION)

To Empower the mothers to create a divine world for their learning disability children and to achieve their full potential.

ஒரு குழந்தையைப் பெற்று வளர்ப்பது என்பது ஒரு கலை மற்றும் அது ஒரு இனிமையான அனுபவமும் கூட.

"குழல் இனிது யாழினிது என்பர்தம் மக்கட்
மழலைச் சொல் கேளாதவர்" - என்று திருவள்ளுவர் திருக்குறலில் எழுதியுள்ளார்.

ஆனால் இதுவே தன் குழந்தைக்கு கற்றலில் சிரமம் (Dyslexia, Autism, ADHD,....) இருந்தால் அவர்களை வளர்க்கும் போது நிறைய சங்கடங்கள், மனவலிகள் ஏற்படும். அந்தத் தாய்மார்களின் மனதில் நிறைய எதிர்மறை உணர்ச்சிகள் ஏற்படும். அவை பயம், மன அழுத்தம், சோர்வு, ஏமாற்றம், ஏக்கம், மன உளைச்சல், தனிமைப்படுத்தப்பட்ட உணர்வு, என்று சொல்லிக்கொண்டே போகலாம்.

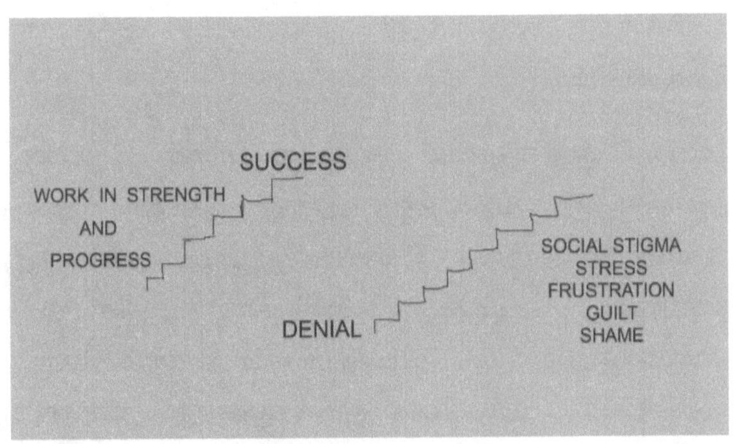

இதையெல்லாம் தாண்டி அவர்கள் தங்களுடைய குழந்தையை கவனிக்கும் பொழுது, அவர்களால் முழு ஆற்றலுடன் செயல்பட முடியாது.

ஏன் தன்னுடைய குழந்தை டிவைன் குழந்தையாக இருக்கிறது?

இந்தக் கேள்வி எல்லா டிவைன் அம்மாக்களின் மனதிலும் அதிகமாகத் தோன்றும். நான் என்ன பாவம் செய்தேன்? என் குழந்தையை ஏன் இப்படி கஷ்டப்படுத்துகிறாய்? என்றெல்லாம் கடவுளைக் கேட்கத் தோன்றும். அவர்களுடைய டிவைன் குழந்தையை கவனிக்க நிறைய நேரமும், நிறைய பொறுமையும் தேவைப்படும். அவர்களுக்கு ஒவ்வொரு விஷயமும் கற்றுக்

கொடுக்க அதிக நேரம் தேவைப்படும். அதனால் அவர்களுக்கு குடும்பத்தின் ஒத்துழைப்பும் அதிகமாகத் தேவைப்படும்.

டிவைன் குழந்தைகளின் தூக்கமும் சீராக இருக்காது. அவர்களுக்கு பிடிக்காதது ஏதாவது செய்தால் அதை அவர்களால் தாங்கிக் கொள்ள முடியாது. அதை ஒரு ஏமாற்றமாக கருதி, அதிகமான கோபத்தை வெளிப்படுத்துவார்கள். அப்படியெல்லாம் நடக்கும் பொழுது குழந்தைகளால் நிம்மதியாக தூங்க முடியாது. அம்மாவால் எப்படித் தூங்க முடியும். குழந்தையின் கோபம் தனிந்து, பின் அவர்கள் இயல்பு நிலைக்குத் திரும்பிய பின் தான் அம்மாவின் மனம் அமைதி அடையும். இதனால் டிவைன் அம்மாவின் உடலும் சோர்வடையும் ஒருவர் மன அமைதியுடனும், மன நிம்மதியுடனும் வேலைகளைச் செய்யும் பொழுது, அவர்களது திறன் அதிகமாக இருக்கும். அவர்களால் எவ்வளவு பெரிய வேலையாக இருந்தாலும் செய்து முடிக்க முடியும். மாறாக மனமும் உடலும் சோர்வாக இருக்கும் பொழுது சிறிய வேலையாக இருந்தாலும் அது மிகவும் பெரியதாக தெரியும்.

ஒரு சாதாரண குழந்தையை வளர்க்கும் போது எவ்வளவோ பிரச்சனைகள் கடந்து வர வேண்டியுள்ளது. அதுவே ஒரு டிவைன் குழந்தையை வளர்க்கும் போது ஒரு டிவைன் தாய்க்கு இன்னும் அதிக பொறுப்பும் கவனமும் தேவைப்படுகிறது.

அவர்கள் தங்களின் குழந்தையை முன்னோக்கி அழைத்துச் செல்ல உதவியும் உறுதுணையும் தேவை. இதை அவர்களின் குடும்பமும், சமுதாயமும் கொடுக்க வேண்டும். ஆனால் குடும்பமும், சமுதாயமும் டிவைன் அம்மாக்களுக்கு உறுதுணையாக இருக்கிறார்களா? ஏன் இருப்பதில்லை? ஏனென்றால் அவர்கள் பாவம் செய்தவர்களாவோ, தவறு செய்தவர்களகவோ கருதப்படுகிறார்கள். எங்கே உதவி கேட்டு விடுவார்களோ என்று ஒதுங்குபவர்களும் உண்டு. அதனால், டிவைன் அம்மாக்களின் உணர்ச்சிகள் மிகவும் பாதிக்கப்பட்டிருக்கும.

டிவைன் அம்மாக்களை மேலே எழுப்பி, உங்கள் மேல் எந்தத் தவறும் இல்லை, நீங்கள் எந்தப் பாவமும் செய்யவில்லை என்று புரிய வைத்து, மேலும் அவர்களுடைய குழந்தையின் முழுத்திறனைக் கண்டறிய எடுக்கும் முயற்சியே எங்கள் பள்ளியின் தொலை நோக்குப் பார்வையாகும்.

மேலும் அவர்கள் தங்களுடைய எதிர்மறை உணர்ச்சிகளைப் புரிந்து கொண்டு அதை எவ்வாறு கையாள்வது என்றும், அதிலிருந்து எவ்வாறு வெளியே வருவது என்றும் புரிந்து கொள்வது, தங்களுடைய குற்றயுணர்ச்சியிலிருந்து வெளியே வருவது என்றும் இது ஒரு மிகப்பெரிய குற்றம் அல்ல என்றும், உணர வேண்டும்.

பணி (Mission)

To help mothers with learning disability children become emotionally intelligent by inspiring, educating with tools of emotional intelligence.

டிவைன் அம்மாக்களின் வாழ்க்கையில் பெரிய மாற்றத்தைக் கொண்டு வருவது, அவர்களுடைய உணர்ச்சி தசைகளை வலிமைப்படுத்துவது, அவர்களுடைய வாழ்க்கையில் அமைதியும், சந்தோஷத்தையும் கொண்டு வருவது அவர்களுக்கு என்று ஒரு அடையாளத்தை உருவாக்குவது அவர்களுடைய உணர்வுசார் நுண்ணறிவை வளர்ப்பது இதுதான் எங்கள் பள்ளியின் பணி ஆகும்.

அவர்களுடைய உணர்ச்சிகளை எவ்வாறு வலிமைபடுத்துவது?

வலிமைப்படுத்தினால் என்ன மாற்றம் வரும்? அவர்களுடைய உணர்ச்சிகள் மிகவும் எதிர்மறையானதாகவும், நம்பிக்கையற்றதாகவும் இருக்கும்.

ஒரு தாயானவள் தன் குழந்தை எப்படி இருந்தாலும் ஏற்றுக்

கொள்ளும் மனப்பக்குவம் இருக்கும். ஆனால் அவர்கள் மற்றவர்களால் புறக்கணிக்கப்படும் போது தான் மனமுடைந்து போகிறார்கள்.

முதலில் வீட்டில் இருந்து தொடங்குவோம். வீடு என்றால் அதில் நல்ல விஷயங்களும் இருக்கும். பிரச்சனைகளும் இருக்கும். பொதுவாக நம்முடைய குடும்பங்களில், பிரச்சனை என்று வந்தால் அதை எப்படி சுமூகமாக அணுகுவது என்று பலருக்குத் தெரிவதில்லை. அதனால், பிரச்சனைக்குத் தீர்வு கிடைப்பதற்கு பதில், அது பெரிதாகி விடுகிறது. தங்களுடைய குழந்தைக்கு கற்றலில் சிரமம் இருக்கிறது என்று தெரிந்தவுடன், அதைச் சார்ந்த வல்லுனர்களை அணுகி என்ன செய்ய வேண்டும் என்று பெற்றோர் சேர்ந்து செய்யும் போது, எந்தப் பிரச்சனையானாலும் தீர்வு கிடைக்கும், அல்லது பிரச்சனையின் தன்மையை குறைக்க முடியும். மாறாக பெரும்பாலும் அது குழந்தையின் அம்மாவினால் தான் என்று நினைப்பது அல்லது அம்மாவின் பொறுப்பு என்று நினைப்பது குழந்தை இருவருக்கும் சொந்தம் என்ற கண்ணோட்டம் வருவதில்லை. ஒரு சில வீடுகளில் குழந்தையின் தந்தையோ, அம்மாவின் பொறுப்பு என்றும், தனக்கு எந்த சம்பந்தமும் இல்லை என்றே நினைக்கிறார், இது எப்படி சாத்தியமாகும்? உன்னால் தான் குழந்தை இப்படி இருக்கிறது என்ற பழிச்சொல்லுடன் குழந்தையையும் பார்த்துக் கொண்டு, வீட்டையும் கவனிப்பது என்பது எவ்வளவு வலியைக் கொடுக்கும்.

அடுத்து பள்ளிக்கூடத்தில் டிவைன் குழந்தைகளை எப்படியெல்லாம் கொடுமைப்படுத்துகிறார்கள் என்பது தெரிந்து கொள்ளலாம். ஒரு வகுப்பில் 30-40 மாணவர்கள் இருக்கும் பட்சத்தில், ஏதாவது ஒரு மாணவன் மட்டும் சற்று வித்தியாசமாக இருந்தாலோ, அல்லது நடந்து கொண்டோலோ அவ்வளவுதான் அவர்கள் தான் அந்த வகுப்பின் விளையாட்டுப் பொருள் என்றே கூறலாம். அவர்களை எப்படியெல்லாம் பார்ப்பார்கள், நடத்துவார்கள், கொடுமைப் படுத்துவார்கள் என்று வார்த்தைகளால் சொல்ல முடியாது. டிவைன் குழந்தைகளை ஏதோ உணர்ச்சி இல்லாத பொம்மை என்றே நினைப்பார்கள், அந்தக் குழந்தைகள் வீட்டிற்கு வந்து தன்னுடைய கோபத்தையெல்லாம் தங்களுக்குத் தெரிந்த விதத்தில் வெளிப்படுத்துவார்கள்.

இதையெல்லாம் தவறு என்று எப்படி புரிய வைப்பது?

ஒரு குழந்தை சற்று வித்தியாசமாக இருந்தால் ஏன் அவர்களை உணர்ச்சியற்ற பொருளாகப் பார்க்கிறார்கள்?

அவர்களைக் கிண்டல் செய்து ஏன் சந்தோஷப்படுகிறார்கள்? இதற்கெல்லாம் காரணம் இதைப் பற்றிய விழிப்புணர்வு இல்லாததே. இதனைப் பற்றிய விழிப்புணர்வு ஏற்பட வேண்டும். இந்த மாதிரி குழந்தைகள் மற்றும் அவர்களின் பெற்றோர்களின் உணர்ச்சிகள் எப்படி இருக்கும்? அவர்கள்

மனது எந்தளவிற்கு காயப்பட்டிருக்கும் போன்ற திரைப்படங்களை தயாரிக்க வேண்டும். பெற்றோருக்கு விழிப்புணர்வு வந்தால், அவர்கள் தங்களுடைய பிள்ளைகளுக்கும் சொல்லிக் கொடுப்பார்கள். டிவைன் அம்மாக்களுக்கு அறிவுரைக் கூறுவதைவிட ஆதரவு கொடுத்தால் அவர்களுடைய வாழ்வில் நிறைய நேர்மறையான மாற்றங்கள் ஏற்படும்.

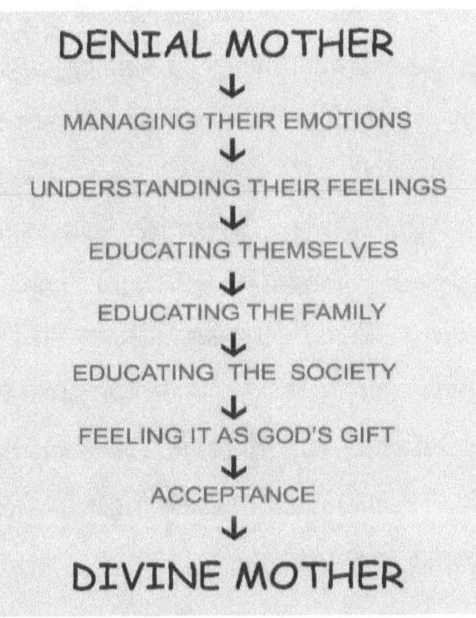

ஒரு டிவைன் அம்மாவின் வாழ்வில் அமைதி, சந்தோஷம் வருவதற்கு அவர்கள் என்ன செய்ய வேண்டும்?

எதனால் எதிர்மறை எண்ணங்கள் வருகிறது என்று பார்த்தோமேயானால், டிவைன் குழந்தையின் எதிர்காலம் பற்றின பயம் நிறைய இருக்கும். இதைப் புரிந்து கொண்டு அவர்களையும் (டிவைன் அம்மா) மற்றவர்களைப் போல் சமமாகப் பார்க்க வேண்டும். அவர்களுக்கு பிடிச்ச விஷயங்கள் பேசுவது, செய்வது மற்றும் மனநிலை சந்தோஷமாக வைத்துக் கொள்வது, மற்றவர்கள் அவர்களிடம் நம்பிக்கை தரும் விதமாக பேசுவது, நீங்கள் தனியாக இல்லை, நாங்கள் இருக்கிறோம் என்று உணர்த்துவது. உலகத்தில் யாரும் நூறு சதவீதம் சரியானவர்களாக இருக்க முடியாது. மற்ற அம்மாக்களை விட டிவைன் அம்மாக்களுக்கு அதிக பொறுப்புகள் இருக்கிறது. இதனால் அவர்களுக்கு அதிக கவனம் இருக்க வேண்டும். மேலும் அவர்களை ஒரு கதாநாயகனைப் போல் பார்க்க வேண்டும். ஏனென்றால் அவர்கள் தான் அவர்கள் குழந்தையின் நண்பன், ஆசிரியர், தெரபிஸ்ட், உணவியல் நிபுணர் (Dietician), உளவியல் ஆலோசகர் (Psychologist), வழக்கறிஞர் (Advocate) என்று பட்டியல் மிகவும் பெரியது.

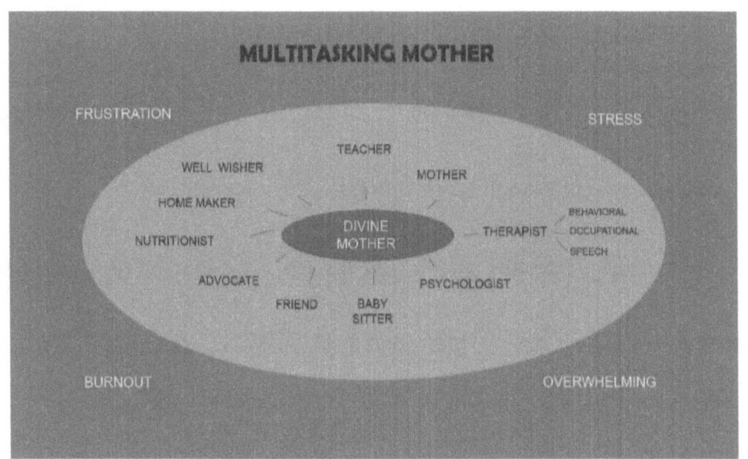

டிவைன் அம்மாக்கள் அவர்களுக்கென்று ஒரு அடையாளத்தை ஏற்படுத்திக் கொள்ள வேண்டும். அவர்கள் வாழ்க்கையில் ஏற்பட்ட வலிகளை நோக்கமாக மாற்றிக் கொண்டும், அந்தப்பணியை நோக்கி அவர்கள் செல்லும் போது அவர்களுக்கென்று ஓர் அடையாளம் (Identity) உருவாகும்.

மதிப்புகள் (Values)

Team Work (கூட்டு முயற்சி (அ) கூட்டு வேலை)

Dedication (அர்ப்பணிப்பு)

Devotion (அன்பு, பக்தி, பக்தி கலந்த அன்பு)

Authenticity (நம்பகத்தன்மை)

Compassion (இரக்கம் (அ) கருணை)

கூட்டு வேலை (அ) கூட்டு முயற்சி (Team Work)

எங்கள் பள்ளியின் முதன்மையான மதிப்பு கூட்டு வேலை அல்லது கூட்டு முயற்சி ஆகும். சாதாரண குழந்தையை வளர்க்கவே பெற்றோர் (அம்மா, அப்பா) தேவைப்படும்பொழுது, ஒரு டிவைன் குழந்தையை வளர்க்கும் போது அம்மா, அப்பா மற்றும் குடும்பம், சமுதாயம் எல்லோரும் கைகோர்த்து பார்த்துக் கொள்ளும் போது எவ்வளவு சிறப்பாக இருக்கும். ஒரு குழுவாக சேர்ந்து வேலைசெய்யும் போது நிறைய நன்மைகள் இருக்கிறது. அது நம் வேலைப் பளுவை குறைக்கும். நம்முடைய லட்சியத்தை விரைவில் அடைய முடியும்.

"Behind every genius is a team" says Murphy.

"Many brains are better than one" says Dr.Partrick Laughlin கற்றலில் சிரமம் (Dyslexia, Autism, ADHD, ...) இருக்கும் குழந்தைகளை பெரும்பாலும் அவர்களுடைய அம்மாக்கள் மட்டுமே கவனித்துக் கொள்ளும் சூழல் இருக்கிறது. ஆனால், இதற்கு மாறாக அந்தக் குடும்பமும், சமுதாயமும், தாயுடன் சேர்ந்து செயல்பட்டால் எவ்வளவு நன்றாக இருக்கும். ஒரு தாய் தனியே தன் குழந்தையை ஊக்கப்படுத்த, தேவையான உதவிகளைச் செய்ய, அவர்களுடைய மனநிலையை புரிந்து கொண்டு அவர்களுக்கு

சிகிச்சை அளிக்க என்று செய்வதை விட, அவர்களுடன் குடும்பமும், சமுதாயமும் ஒன்று சேர்ந்து செயல்பட்டால் அந்தத் தாயின் மன அழுத்தம் குறையும். தனக்கு உதவி செய்ய இத்தனை பேர் இருக்கிறார்கள் என்ற எண்ணமே அவர்களை பலப்படுத்தும். மேலும் அவர்கள் தனிமைப்படுத்தப்பட்டவர்கள் என்ற எண்ணமும் தோன்றாது. அவர்கள் தங்களுடைய டிவைன் குழந்தையை தன்னம்பிக்கையுடன் வளர்க்க முடியும். அவ்கள் மட்டுமே சுமக்கிற பாரத்தை மற்றவர்களும் பகிர்ந்து கொள்ளும்போது அவர்களுடைய சும குறையும். மேலும் அவர்களுடைய சலிப்பும், வெறுமையும் குறையும்.

அர்ப்பணிப்பு (Dedication)

"Let us sacrifice our today so that our children can have a better tomorrow"- APJ Abdul Kalam.

அர்ப்பணிப்பு என்றால், உண்மையாக இருத்தல், நம்பிக்கைத் தன்மை மற்றும் உறுதியுடன் இருத்தல், நாம் நம்முடைய வேலையில் உடல், மனம், ஆன்மா மூன்றையும் செலுத்தும்

DEDICATION

LIABILITY
DUTY
RESPONSIBILITY
SATISFACTION
TIME MANAGEMENT
FAITHFULNESS
SELF-DISCIPLINE
LOYALTY DETERMINATION
COMMITMENT
WHOLE HEARTEDNESS
INSCRIPTION
SANCTIFICATION

போது, எந்த ஒரு வேலையானாலும் வெற்றி நிச்சயம். நாம் எடுத்துக்கொள்ளும் எந்த வேலையிலும் நம்மை முழுமையாக அர்ப்பணம் செய்து கொள்ள வேண்டும். நாம் எடுக்கும் ஒவ்வொரு வேலைக்கும் முயற்சியும், அர்ப்பணிப்பும் இன்றியமையாதது.

அர்ப்பணிப்பு என்பது ஒரு பொருள் அல்ல. அதை நம்மால் பார்க்கவோ, தொடவோ முடியாது. அது ஒரு அனுபவம். அதன் மதிப்பை நம்மால் அடுத்தவர்களுக்கு காட்ட முடியாது. அது நம் மனதுக்கு மட்டுமே தெரிந்த ஒன்று.

நமக்குள் இருக்கும் ஒரு விருப்பத்தை செயல்பாடுடன் கூடிய கடின உழைப்பின் வெளிப்பாடே அர்ப்பணிப்பு ஆகும்.

ஒரு தாய் தன் குழந்தையிடம் காட்டும் அன்பு கலந்த பாசம் தான் அர்ப்பணிப்பு ஆகும். அந்த தாய்மையை கொண்டாட அன்னையர் தினம் என்று ஒரு நாள் ஒதுக்கியுள்ளனர். அந்த ஒரு நாள் மட்டும் தன் அன்னையை கொண்டாடினால் போதுமா? அதுமட்டுமல்லாமல், எந்த தாயும் தன் பிள்ளைகள் தன்னைக் கொண்டாட வேண்டும் என்றோ, பரிசுப் பொருட்கள் கொடுக்க வேண்டும் என்றோ நினைக்கமாட்டார்கள். தங்கள் குழந்தை நல்ல ஆரோக்கியத்துடனும் சந்தோஷத்துடனும் திருப்தியாக வாழ்ந்தால் அதுவே அந்த தாய்க்கு கிடைத்த பரிசுதான்.

பக்தி (Devotion) - A Great Love

Devotion to duty is the highest form of worship of God - Swami Vivekananda

பக்தி என்பது கடவுளை வணங்குவது மட்டுமல்ல, நம்முடைய கடமையைச் சரியாகச் செய்வதும் பக்தி தான்.

"Unconditional Love என்பது நிபந்தனையற்ற அன்பு"

ஒவ்வொரு தாய்மார்களும் தங்களுடைய குழந்தையை வளர்க்கும் போது, அவர்கள் படிப்பை பற்றியும், வேலையைப் பற்றியும், அவர்கள் எப்படி வாழ வேண்டும் என்பதைப் பற்றியும் கூறி வளர்ப்பார்கள். மேலும் தங்களுடைய கனவு என்ன

என்றும் கூறுவார்கள். அது தன்னால் அடைய முடியாமல் போனதை தங்களுடைய குழந்தைகளிடம் கூறி அதை அவர்களுடைய குழந்தையின் கனவாக மாற்றி அவர்கள் மூலம் தங்களுடைய கனவை நிறைவேற்றிக் கொள்ள நினைப்பார்கள். அதாவது, தங்களுடைய கனவை குழந்தை காண வேண்டும் மற்றும் அதை நிஜமாக்க வேண்டும் என்று நினைப்பது. இது பெரும்பாலும் நிறைய வீடுகளில் நடக்கிறது. ஆனால் இதை ஒரு டிவைன் அம்மாவினால் செய்ய முடியாது. அதனால் அவர்கள் தங்களுடைய குழந்தைகளிடம் காட்டும் அன்பு நிபந்தனையற்ற அன்பு என்றே கூறவேண்டும். இதுதான் அன்பு கலந்த பக்தி.

A Divine Mother loves her Divine Child Unconditionally

பக்தி என்றால் எதையும் எதிர்பார்க்காமல் செய்வதுதான். எந்த ஒரு நிலையிலும் நமக்கு கொடுத்த வேலையை செய்து முடிப்பது. அதனால் ஏற்படும் மனவலி, உடல்வலிகள் பொருட்படுத்தாமல் செய்வது, எந்த ஒரு நிலையிலும் அதனிடத்தில் இருந்து பின் வாங்காமல் செய்வது, ஒவ்வொரு டிவைன் அம்மாவும் தன் டிவைன் குழந்தையிடம் இப்படித்தான் இருக்கிறார்கள்.

நிறைய வீட்டில் செல்லப்பிராணியை வளர்ப்பதுண்டு. அவைகளை நேரத்திற்கு உணவு கொடுத்து, தண்ணீர்

கொடுத்து, எவ்வளவு பாசத்துடன் பார்த்துக் கொள்கிறார்கள். அவைகளுக்கு தடுப்பூசி போடுவது, பொழுது போக்கிற்காக வெளியே நடைபயிற்சிக்கு அழைத்துச் செல்வது என்று அந்த வாயில்லா ஜீவன்களை எவ்வளவு அன்பாக பார்த்துக் கொள்கிறார்கள். அவை நமக்கு என்ன கொடுக்கும் என்ற எதிர்பார்ப்பு இல்லை. அவைகளிடம் இருந்து கிடைப்பது அன்பு மட்டுமே. அன்பு என்ற ஒன்று கிடைத்தால் தான் நம் ஒவ்வொருவராலும் மற்ற விஷயங்களில் கவனம் செலுத்த முடியும்.

நாம் கடவுளைப் பார்க்க முடியாது. ஆனால் அவரை வணங்கும் போது நமக்குள் ஏற்படும் சில தெய்வீக உணர்வுகள் மூலம் உணரத்தான் முடியும்.

அதே போல் ஒவ்வொரு அம்மாவும் தன் குழந்தை மீது வைத்திருக்கும் அன்பு பார்க்க முடியாது: உணரத்தான் முடியும்.

நம்பகத்தன்மை (Authenticity)

நம்பகத்தன்மை என்பது நாம் நமக்கு உண்மையாக இருத்தல், நம்முடைய மதிப்புகள், நம்பிக்கைகள், நடவடிக்கை அனைத்தும் ஒத்துப் போதல், நமக்குத் தெரிந்த நல்ல விஷயங்கள் அதாவது அறிவு சார்ந்த விஷயங்கள் பிறருடன் பகிர்ந்து கொள்ளுதல், சக மனிதர்களை நம்புதல் ஆகும். எந்த ஒரு விஷயத்தையும் சிரத்தையுடன் செய்யும் பொழுது நம் வலிமை அதிகரிக்கும்.

கற்றலில் சிரமம் இருக்கும் குழந்தையை வளர்க்கும் ஒவ்வொரு தாயும் குழந்தை வளர்ப்பில் என்னென்ன தடைகள் இருக்கிறது என்பதை உணர வேண்டும். அந்தத் தடைகள் அவர்களுடைய எண்ணங்களாகவும் இருக்கலாம் அல்லது வெளியிலிருந்து ஏற்படும் தடைகளாகவும் இருக்கலாம். அந்தத் தடைகள் என்ன என்று நாம் புரிந்து கொண்டு அதை குறைக்கவோ அல்லது முற்றிலும் அகற்றவோ முயற்சிக்க வேண்டும். "எல்லாம் தனக்கு வேண்டும் என்று அடம் பிடிக்கும் குழந்தைகள் தான் பின்னாலில் தன் பிள்ளைகளுக்காக உழைக்கும் பெற்றோர்களாக மாறுகிறார்கள்".

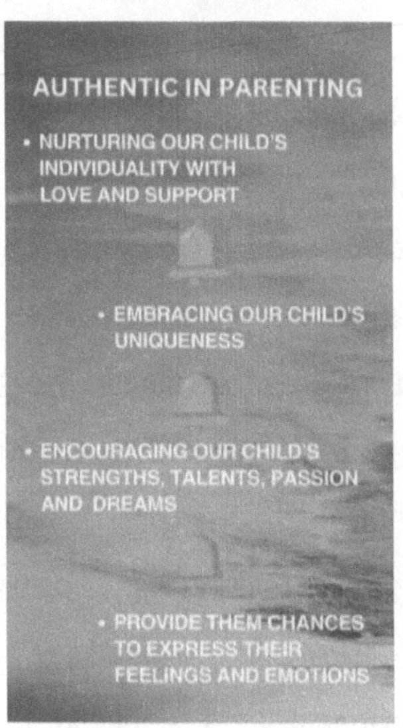

இரக்கம் (அ) கருணை (Compassion)

இரக்கம் அல்லது கருணை என்பது ஒருவருடைய "திறன்" என்றே கூறலாம். இந்தத் திறன் தான் அடுத்துவர்களை புரிந்து கொள்ள உதவும். பிறர் துன்பப்படுவதைப் பார்க்க நேரும் போது, அவர்களுக்கு எப்படியாவது உதவ வேண்டும் என்ற ஒரு சக்தி வாய்ந்த உணர்வு ஏற்படுவதற்குப் பெயர் தான் இரக்கம். அதாவது அடுத்தவர்களுடைய வலியைப் புரிந்து கொண்டு அவர்களுக்கு எப்படியாவது தங்களால் முடிந்த உதவி செய்வது.

கற்றலில் சிரமம் இருக்கும் குழந்தையை இரக்கத்தோடு அணுக வேண்டும். அவர்கள் தங்களுக்கு ஏற்படும் கோபம், வெறுப்பு, ஏமாற்றம், இயலாமை போன்றவை தங்களுடைய எதிர்மறை நடவடிக்கைகளால் வெளிப்படுத்துவார்கள். அப்படி அவர்கள் செயல்படும் போது அவர்களுடைய செயல்களைக் கண்டிக்கும் விதமாக அவர்களிடம் நடந்து கொள்ளாமல், அவர்களின் இத்தகைய செயலுக்குக் காரணம் என்னவாக இருக்கும் என்று யோசித்துப் பார்த்து அவர்களை அன்புடனும், இரக்கத்துடனும் அணுக வேண்டும். அவ்வாறு செய்யும் போது அவர்களுடைய கோபம் தணிந்து அவர்களுடைய செயல்களும் நேர்மறையாக மாறக் கூடும். நாமும் கோபத்துடன் நடந்து கொண்டால் அவர்களுடைய உணர்வுகள் நம்மால் புரிந்து கொள்ள முடியாமல் போய்விடும்.

இரக்கம் இரண்டு பகுதிகளாகப் பிரிக்கலாம். முதலாவது, நாம் பிறர் மேல் காட்டுவது டிவைன் தாய்மார்கள் தங்களுடைய குழந்தைகள் மேல் அதிகமாக காட்டவேண்டியிருக்கும். இரண்டாவது, நாம் நம் மேல் காட்டும் இரக்கம், டிவைன் குழந்தைகளிடம் நாம் அதிக இரக்கத்துடன் நடந்து கொள்ள நாம் நம் மீது கவனம் செலுத்தும் போது, நம்மால் இன்னும் சிறப்பாக செய்ய முடியும். அதாவது ஒரு தாயின் மனநிலையும், குழந்தையின் மனநிலையும் ஒன்றோடு ஒன்று தொடர்புடையது என்பது பொருள்.

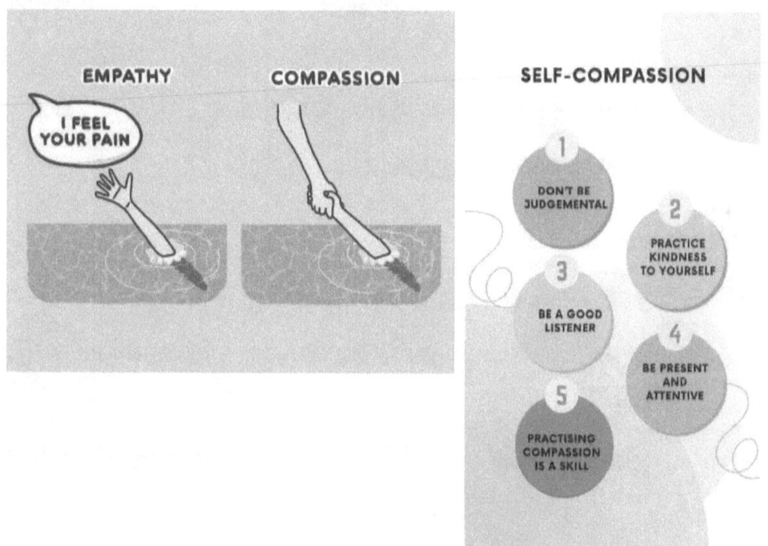

நோக்கம்

சமுதாயம்

- சமுதாயம் டிவைன் குழந்தைகளை எப்படிப் பார்க்க வேண்டும், எப்படிப் பார்க்கிறார்கள்?
- சமுதாயத்திற்கு டிவைன் குழந்தைகள் பற்றிய விழிப்புணர்வு ஏற்பட
- சமுதாயம் அவர்களுக்கு பாதுகாப்பு கொடுக்க

குடும்பம்

- டிவைன் குழந்தைகளுக்கும் உணர்ச்சிகள் உண்டு என்று பார்க்க
- அவர்களுக்குப் பாதுகாப்பு கொடுக்க
- அவர்களுக்கு உறுதுணையாக நிற்க

பெற்றோர்

- தன் டிவைன் குழந்தையைப் புரிந்து கொள்ள
- அவர்களுடைய தனித்திறமையை வெளிக்கொண்டு வர
- இதை ஒரு பொதுப் பிரச்சனையாகப் பார்க்க

நான் ஏன் இதைப்பற்றி பேச வேண்டும் என்று உங்களுக்குத் தோன்றலாம். ஏனெனில் நானும் ஒரு டிவைன் குழந்தையின் தாய் தான். நானும் என் மகனின் சிரமத்தை ஏற்றுக் கொள்ள முடியாமல் மறுத்தலில் (Denial) தான் இருந்தேன். இப்பொழுதும் இருக்கிறேன்.

ஏன் நான் மறுத்தலில் இருந்தேன்? இருக்கிறேன்? அவன் மற்ற குழந்தைகள் போல இல்லையே என்று தோன்றும். ஏன் அப்படித் தோன்றுகிறது? எல்லாக் குழந்தைகளும் தனித்தன்மை (Unique) வாய்ந்தவர்கள் என்ற எண்ணம் ஏன் வருவதில்லை?

ஏனென்றால், அவர்களை இந்த சமுதாயம் வித்தியாசமாகப் பார்க்கிறது, குறையாகப் பார்க்கிறது, சில சமயங்களில் ஏளனமாகவும் பார்க்கிறது. இது தான் சரி என்றும் இது சரியல்ல என்றும் வகுத்தது யார்? டிவைன் குழந்தைகளுக்கும் இந்த உலகில் எல்லா உரிமைகளும் உண்டு. ஆனால் அவர்கள் ஏதோ தவறு செய்தவர்களாகவோ, அல்லது தகுதியில்லாதவர்களாகவோ கருதப்படுகிறார்கள். அவர்களை அவ்வாறுப் பார்க்காமல், அவர்களுக்கும் உணர்ச்சிகள் உண்டு என்ற எண்ணத்தோடுப் பார்க்க வேண்டும். அவர்களுக்கு என்ன தேவையோ, அதை கொடுக்க வேண்டும். எதில் ஆர்வமோ, அதைக் கற்பதற்கு வழிவகுத்துக் கொடுக்க

வேண்டும். அவர்களுடைய உணர்வுகளுக்கு மதிப்பு கொடுக்க வேண்டும். அவர்களுக்கு உறுதுணையாகவும், பாதுகாப்பாகவும் இருக்க வேண்டும்.

சமுதாயமாக இருந்தாலும், குடும்பமாக இருந்தாலும், ஒருவரின் மதிப்பெண்களை மட்டுமே வைத்து அவர்களுடைய திறமைகளை நிர்ணயிக்கிறார்கள். படிப்பிற்கு மட்டுமே முக்கியத்துவம் கொடுக்கிறார்கள். அவர்களுடைய உணர்வுகளுக்கு மதிப்பே இல்லையா? 90 சதவீதம் வாங்கினால் அவன் அறிவாளி எனவும், படிப்பில் மதிப்பெண் குறைந்தால் அவர்கள் ஏதோ பெரிய தவறு செய்தவர்களாகவும் பார்க்கிறார்கள். ஆனால் ஒரு டிவைன் குழந்தையிடமும் எவ்வளவோ திறமைகள் இருந்தும் அதை வெளிப்படுத்த அவர்களால் முடிவதில்லை அல்லது வாய்ப்பு கிடைப்பதில்லை.

தன்னுடைய குழந்தையை ஒரு டிவைன் அம்மாவால் மட்டுமே புரிந்துகொள்ள முடியும். அவர்களுக்கு என்ன பிடிக்கும், எதில் ஆர்வம் அதிகம், எப்படி சொன்னால் அவர்கள் புரிந்து கொள்வார்கள், அவர்களுடைய பலம் என்ன போன்றவற்றை தெரிந்து அவர்களுக்கு ஏற்றவாறு செயல்படுத்த அந்த தாயால் மட்டுமே முடியும். அவர்களுடைய குழ்தையின் நடவடிக்கைகள் புரிந்து கொள்ள தாய்க்கு பொறுமை மற்றும் குழந்தையின் மீது அதிக கவனம், குழந்தையிடம் அதிக நேரம் செலவு செய்தல்

போன்றவை இருக்க வேண்டும். இதற்கு அவர்களுக்கு சமுதாயத்தின் ஒத்துழைப்பும், குடும்பத்தின் ஒத்துழைப்பும் தேவை. மற்றவர்கள் தன் டிவைன் குழந்தையைப் பற்றி என்ன சொல்வார்களோ? என்ற எண்ணத்தில் இருப்பதால் அவர்களால் குழந்தையை ஏற்றுக்கொள்ள முடிவதில்லை.

ஏன் சமுதாயமும் குடும்பமும் ஒத்துழைப்புக் கொடுப்பதில்லை?

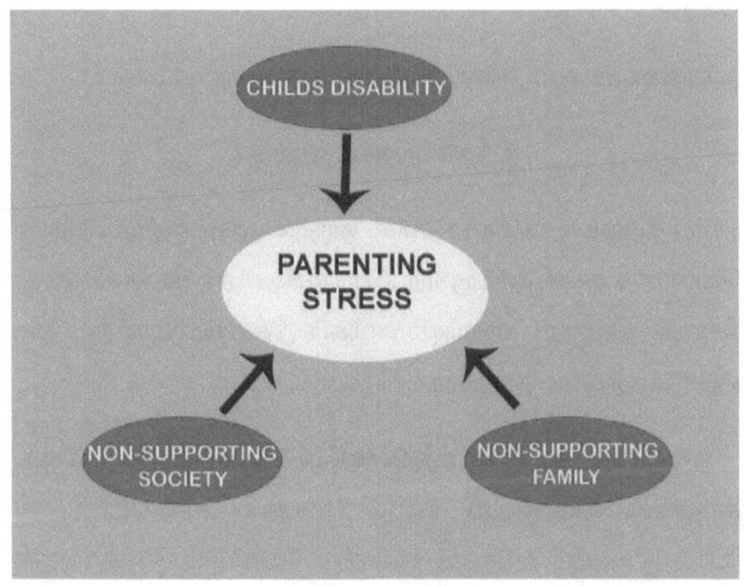

குடும்பத்தில் அவர்களுக்கு ஊக்கம் கொடுத்தால் ஒரு தாய்க்கு தன் குழந்தையை அதிக கவனம் கொடுத்துப்

பார்த்துக் கொள்ள முடியும். எப்பவுமே உன்னுடைய குழந்தையை கவனிக்கவே உனக்கு நேரம் சரியாக இருக்கிறது. மற்ற வேலைகள் எல்லாம் யார் செய்வார்கள் என்று கேட்பது, பின் குழந்தை இப்படி இருப்பதற்கு காரணம் நீ தான் என்று குத்திக்காட்டுவது, நீ செல்லம் குடுத்து கெடுத்து வைத்திருக்கிறாய் என்று சொல்வது இந்த மாதிரி வார்த்தைகள் எல்லாம் கேட்கும் போது டிவைன் அம்மாவால் தன் குழந்தையை எவ்வாறு முழுமனதுடன் பார்த்துக் கொள்ள முடியும்.

அனைவரும் சமம் என்ற எண்ணம் ஏன் வருவதில்லை?

இந்தப் புத்தகம் எதற்கு?

நாம் எத்தகைய உணர்ச்சிகளில் இருக்கிறோம் என்று தெரிந்து கொள்ள உதவும். நமக்கு ஏற்படும் எதிர்மறை உணர்ச்சிகளான சோகம், வெறுப்பு, ஏமாற்றம், ஏக்கம், கோபம் போன்றவற்றை ஏற்படுவதற்கான காரணம் புரியும்.

பொதுவாக உடலில் எத்தனையோ பிரச்சனைகள் வரும். காய்ச்சல், வயிற்றுவலி, ரத்தக் கொதிப்பு, சர்க்கரைவியாதி போல் இதையும் எடுத்துக் கொள்ள வேண்டும். இந்த மாதிரி நோய்கள் எல்லாம் சரிசெய்வதற்கு எப்படி மருந்து எடுத்துக்கொள்வோமோ, அதே போல் இதையும் எடுத்துக் கொள்ள வேண்டும். இது ஒரு தனிநபரோ அல்லது குடும்பம்

சம்பந்தப்பட்ட பிரச்சனையோ அல்ல, இது ஒரு சமுதாயம் சம்பந்தப்பட்டது. எல்லாரும் பொறுப்பேற்று செய்யும் போது, இதற்குண்டான தீர்வும் இருக்கும் பெற்றவர்களும் மன அழுத்தத்திற்கு போகாமல் தன் குழந்தையை சிறந்த முறையில் கவனித்துக் கொள்ள முடியும்.

உடலில் நோய் என்றால் சாதாரணமாகவும், மனதில் நோய் என்றால் அவமானமாகவும் பார்ப்பது ஏன்?

துயரம் (கவலை, Grief) என்றால் என்ன? மற்றும் அதன் தாக்கம்

துயரம் என்றால் அது நம் மனது வலிக்கிற விஷயமோ அல்லது நம் உடலைத் தாக்குற நோயாகவோ இருக்கலாம். எப்பொழுதெல்லாம் துயரம் நம்மைத் தாக்குகின்றதோ, அப்பொழுதெல்லாம் நாம் மிகவும் உடைந்து போகிறோம். துயரம் ஏற்படுவதற்கு நிறைய காரணங்கள் இருக்கிறது. இங்கு நாம் பார்க்கப் போவது, பெற்றோருக்கு ஏற்படும் துயரம். அது எதனால் எனில் தம் குழந்தையின் சிரமமே ஆகும். கற்றலில் சிரமம் (Dysilexia, Autism, ADHD,....) போன்ற பிரச்சனைகள் பெற்ற குழந்தைக்கு ஏற்பட்டால் எந்த பெற்றோராலும் பொறுத்துக்கொள்ள முடியாது.

அவர்களை அளவு கடந்த துயரத்தில் ஆழ்த்திவிடும். வருத்தம், கவலை, குற்றயுணர்ச்சி, குழப்பம், கோபம், வெறுமை, ஆர்வமின்மை, தூக்கமின்மை, அதிகசோர்வு, மனதில் அமைதியின்மை, உடல்வலி, பசியின்மை, முடிவெடுக்கும் திறன் குறைதல், ஞாபகசக்தி குறைதல், நம்பிக்கையின்மை - இதெல்லாம் துயரத்தின் அறிகுறிகளாகும்.

ஏற்கனவே மனம் நொந்து இருப்பவர்களை மேலும் நோகடிப்பது ஏன்? இதனால் என்ன பயன்? குழந்தையின் வித்தியாசத்தைப் பார்த்து ஏதாவது தங்களுக்குத் தெரிந்த கருத்தை சொல்லிவிட்டு மறந்து விடுவார்கள் பார்ப்பவர்கள். ஆனால், அத்தகைய வார்த்தைகளைக் கேட்ட தாயின் கதி?

இத்தனை எதிர்மறை உணர்வுகள் ஏற்பட காரணம் குழந்தையின் சிரமம் மட்டுமல்ல சமுதாயத்தின் பரிதாப்பார்வை, குடும்பத்தின் உதவி இன்மை கூட மிக முக்கிய காரணங்களாகும். ஏற்கனவே மன உளைச்சலில் இருப்பவர்களுக்கு மேலும் வருத்தைதைக் கொடுக்கும். ஒருவர் துயரத்தில் இருக்கும்போது அவரைக் கைக்கொடுத்து தூக்கி விடவேண்டுமே தவிர மேலும் அவர்களை கீழே தள்ளக் கூடாது. துயரத்தில் இருந்து வெளியே வர பல நிலைகளைக் கடந்து வர வேண்டும்.

துயரம் 7 நிலைகளை உடையது.

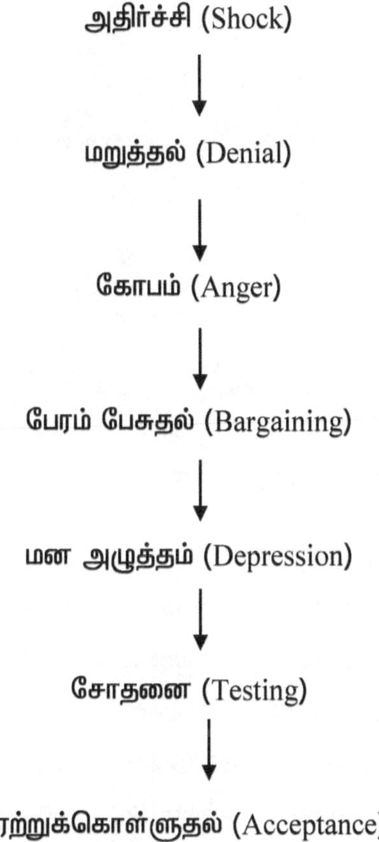

நாம் இரண்டாம் படி நிலையான மறுத்தல் (Denial) பற்றிப் பார்ப்போம்.

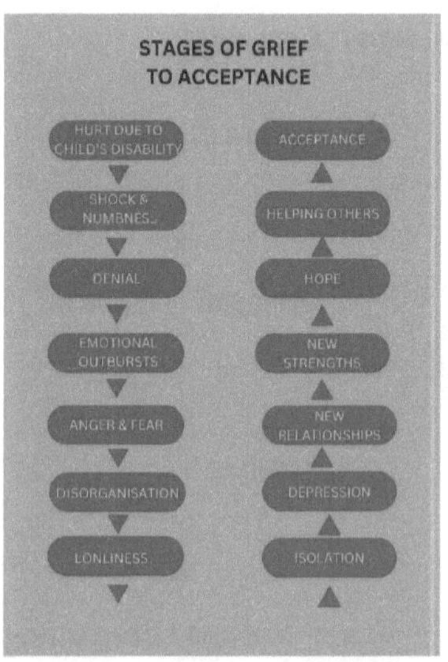

மறுத்தல் (Denial) என்றால் என்ன? மற்றும் அதன் தாக்கம்

மறுத்தல் என்றால் ஆங்கிலத்தில் Defense Mechanism என்பர். இது ஒரு தற்காப்பு நெறிமுறை மற்றும் இது ஒரு சமாளிக்கும் வழிமுறையும் ஆகும். ஒருவர் மனம் வலிக்கும் உண்மையை மறுக்கவும், அதனால் ஏற்படும் மன அழுத்தத்தைக் குறைக்கவும் இதனைப் பயன்படுத்துவர். மறுத்தல் ஒரு கெட்ட விஷயம் அல்ல (சில சமயங்களில்). அதிர்ச்சி தரக்கூடிய அல்லது விரும்பாத ஒரு விஷயத்தைக் கையாளும் போது அதை ஜீரணித்துக் கொள்ள சிறிது காலம் தேவைப்படும். சில சமயங்களில், மறுத்தலில் இருப்பது ஒரு பிரச்சனைக்குரியதாகவோ, அல்லது பாதிக்கக்கூடியதாகவோ

மாறிவிடும். சில சமயங்களில் பிரச்சனைக்கு தீர்வு காண்பது தள்ளிப்போகவும் வாய்ப்புள்ளது. குழந்தை பிறந்து 1-2 வயதிற்குள், அவர்களுடைய வளர்ச்சியில் அல்லது செயல்களில் மாற்றம் இருந்தாலோ, அல்லது பேசுவதில் தாமதம் ஏற்பட்டாலோ பெற்றோருக்கு பய உணர்ச்சி ஏற்படும். வளர வளர சரியாகிவிடும் என்று வெளியே சொன்னாலும் உள்ளே பயம் இருந்து கொண்டே தான் இருக்கும். அதைப் பற்றி பிறரிடம் பேசவோ, பகிர்ந்து கொள்ளவோ முடியாது. ஏனென்றால் அதை அவர்கள் எப்படி எடுத்துக்கொள்வார்களோ என்றும் நம் குழந்தையைக் குறைவாகப் பார்த்துவிடுவார்களோ என்றும் பயம். அவர்கள் ஏதாவது எதிர்மறையாகக் கூறிவிட்டால் நம் மனம் வலிக்கும். நாம் நம் குழந்தையின் உண்மை நிலையை ஏற்க முடியாமல் மறுத்தலில் இருக்கும்போது எப்படி பிறரிடம் பகிர்ந்து கொள்ள முடியும்.

ஒரு நேரத்தில் நாம் மருத்துவரை அணுகுவோம். மருத்துவரும் சோதனைகளைச் செய்து பின் அவர் முடிவு சொல்லும் முன் நம் மனம் படும்பாடு நமக்கு மட்டுமே தெரியும். நாம் எல்லாக் கடவுளையும் வேண்டிக்கொண்டு, "கடவுளே குழந்தைக்கு எல்லாம் சரியாக இருக்கிறது" என்று கூற வேண்டும் என்று வேண்டிக்கொள்வோம். மருத்துவர் குழந்தைக்கு பிரச்சனை இருக்கிறது என்று கூறியவுடன் அதிர்ச்சியாக இருக்கும்.

மறுத்தல்

ஏற்கனவே அனுமானித்திருந்தாலும், அதை ஒரு மருத்துவர் மூலமாகவோ, மனநல ஆலோசகர் மூலமாகவோ, அல்லது ஒரு சிகிச்சையாளரோ கூறும்போது அதை எந்தப் பெற்றோராலும் ஏற்றுக் கொள்ளவே முடியாது.

"ஒரு மிகப்பெரியப் உண்மையை உண்மை எனத் தெரிந்தும், நம்மால் ஏற்க முடியாமல் தவிப்பது அல்லது தவிர்ப்பது தான் மறுத்தல்."

என் குழந்தை நன்றாகத் தான் இருக்கிறது. போகப்போக வளர வளர சரியாகி விடும் என்று நம் மனது நம்மிடம் சொல்லிக்கொண்டே தான் இருக்கும். உண்மையை ஒரு திரை போட்டு மூடிவிட்டு, நிஜமில்லாத ஒன்றை நம்புவது தான் மறுத்தல். உண்மை என்று தெரிந்தும் நம் மனம் ஏற்றுக்கொள்ளாது.

இதனால் ஏற்படும் விளைவுகள் என்னவெனில்,

பிரச்சனைக்கு ஓர் தீர்வு காண முடியாமல் போவது அல்லது தீர்வு காணுவதில் தாமதம் ஏற்படுவது.

நம் உணர்ச்சிப் போராட்டம் குறையாமல் இருப்பது, இதனால் நம் மன வலிகள் குறையாமல் இருப்பது.

இதை ஏன் நாம் ஏற்றுக்கொள்ள மறுக்கிறோம்? இந்த சமுதாயம் ஏன் இதை குறைவாகப் பார்க்க வேண்டும்.

இதற்குண்டான பதிலை என் வாழ்க்கையில் நடந்த ஒரு நிகழ்வை வைத்துக் கூறுகிறேன். என்னுடைய மகனுக்கு சின்னச்சின்ன வேலையைக் கற்றுக் கொடுக்க வேண்டும் என்ற எண்ணத்தாலும், சமூக விழிப்புணர்வு வர வேண்டும் என்ற எண்ணத்தாலும், அவ்வப்பொழுது அவனை கடைக்கு அனுப்புவேன். பெரும்பாலும் அவன் மீதிப்பணம் கொண்டுவருவனவற்றில் மிகவும் அழுக்கானத் தாள்களையோ, அல்லது கிழிந்த தாள்களையோ தான் கொண்டு வருவான். சிலர் அவனை நீண்ட நேரம் காக்க வைத்து, அவனுக்குப்பின் வந்தவர்களுக்கு கொடுத்துவிட்டு தான் கொடுப்பார்கள். அவனைக் காணவில்லையே என்று எனக்கு தவிப்பாக இருக்கும்.

எல்லாருமே இந்த மாதிரி நடந்து கொள்வது கிடையாது. ஒரு சிலர் மட்டுமே இப்படிச் செய்கிறார்கள். சிலர் அன்பாகவும் நடந்து கொள்வது உண்டு.

இத்தகைய காரணங்களால் தான், பெற்றோருக்கு உண்மையை ஏற்றுக்கொள்ள முடிவதில்லை.

அவர்களைக் குற்றயுணர்ச்சியில் தள்ளுவது யார்?

செயல்பாடுகள் (Activity)

1. சில விஷயங்கள் பேசும் போதோ அல்லது விவாதிக்கும் போதோ, நீங்கள் சங்கடமாகவோ, அல்லது கவலையாகவோ உணர்வீர்களா? ஏன்? எதைப்பற்றி பேசும்போது?

2. உங்கள் குழந்தையின் பரிசோதனை முடிவு தெரிந்தவுடன் பிரச்சினை யாருடையது என்று நினைத்தீர்கள்? உங்களுடையதா? அல்லது குழந்தையுடையதா?

3.(a) உங்கள் குழந்தையை விமர்சித்தாலோ அல்லது எதிர்மறை கருத்தை தெரிவித்தாலோ, நீங்கள் அதை பெரிதுபடுத்தாது விட்டுவிடுவீர்களா? அல்லது தாக்கிப் பேசுவீர்களா? (ஏதாவது ஒரு சூழலையோ, அல்லது விஷயத்தையோ எழுதவும்)

(b) உங்களை யாராவது விமர்சித்தாலோ அல்லது எதிர்மறைக் கருத்துக்கள் தெரிவித்தாலோ, நீங்கள் அதை எவ்வாறு கையாள்வீர்கள்? (உங்கள் குழந்தையின் வளர்ப்பைப் பற்றி)

4. உங்கள் வாழ்க்கையில் ஏற்பட்ட நிகழ்வுகளுக்கு (அதாவது உங்கள் குழந்தை இப்படி இருப்பது) நீங்களே பொறுப்பேற்பீர்களா? அல்லது உங்களை நீங்களே

மன்னிப்பீர்களா அல்லது வேறு யார் மீதாவது குற்றம் சுமப்பீர்களா? ஏன் (யார்)?

5. உங்களுடைய குழந்தையின் நிலையைப் பற்றி யாராவது கேட்டால் அதை எதிர் கொள்வீர்களா? அல்லது விலகிச் செல்வீர்களா?

6. எந்த மாதிரியான விஷயங்களில் நீங்கள் உண்மையை விட்டு விலகி இருப்பீர்களா? அல்லது உண்மையை சவாலாக ஏற்றுக்கொள்வீர்களா? ஏன்? (குழந்தையின் சிரமத்தை)

7. நீங்கள் உங்கள் குழந்தையின் சிரமத்தை மறுப்பது நல்லதல்ல என்று தெரிந்தும் அதை நியாயப்படுத்துவீர்களா? ஏன்? எவ்வாறு?

8. நீங்கள் உங்கள் குழந்தையின் எதிர்காலத்தைப் பற்றியே நினைத்துக் கொண்டிருப்பதால், உங்களுக்கு நிறைய கவனமின்மை ஏற்படுமா? எவ்வாறு?

9. உறவினர்களிடமோ, நண்பர்களிடமோ பேசுவது, பழகுவது குறைத்துக் கொண்டீர்களா? ஏன்?

10. உங்கள் குழந்தையின் பிரச்சனையின் ஆழத்தை தெரிந்து கொள்ள, யாருடைய உதவியை நாடுவீர்கள். ஏன்? (Doctors, Therapits, Psychologists, Other Parents, Books, Google........)

11. உங்களுடைய குழந்தையால் உங்களுக்கும் உங்கள் கணவருக்கும் அடிக்கடி கருத்து வேறுபாடு வருமா? (விளக்கம்)

12. எந்த மாதிரி சூழ்நிலைகளில் அல்லது எந்த மாதிரி விஷயங்களைப் பற்றி பேசும் போது உங்களுடைய தற்காப்பு (defence) உணர்ச்சிகள் தூண்டப்படுகிறது? ஏன்?

13. எதனால் நீங்கள் உங்கள் குழந்தையின் சிரமத்தை மறுக்கிறீர்கள்? ஏன்?

14. உங்களுக்கு யார் மீது அதிகமான கோபம் வரும்? ஏன்?

15. உங்கள் வீட்டிற்கு யாராவது வந்து, அவர்கள் முன் உங்கள் குழந்தை சரியாக நடந்து கொள்ளவில்லை எனில், உங்களுக்கு யார் மீது கோபம் வரும்? ஏன்? (குழந்தை மீது, உங்கள் மீது, வந்தவர்கள் மீது)

16.(a)உங்களுடைய வலிகளைக் குறைத்துக் கொள்கிறீர்களா?
ஆம் / இல்லை

(b) மற்றவர்களுக்காக நீங்கள் மன்னிப்புக் கேட்கிறீர்களா?
ஆம் / இல்லை

(c)   உங்களுடைய   எல்லா   நடவடிக்கைகளும்
நியாயப்படுத்துகிறீர்களா? ஆம் / இல்லை

(d)   ஏதாவது   ஒரு   அதிசயம்   நிகழாதா   என்று
காத்திருக்கிறீர்களா? ஆம் / இல்லை

(e) தானாக எல்லாப் பிரச்சனைகளும் தீர்ந்துவிடும் என்று
நம்புகிறீர்களா? ஆம் / இல்லை

கற்றலில் சிரமம் ஏற்படுவதற்கான காரணம்

டிவைன் குழந்தைகள் பிறக்கும் போது எந்தவித வேறுபாடின்றி
சாதாரணமாகத் தான் இருப்பார்கள். ஆனால், அவர்கள்
வளரும் போது தான் நிறைய வேறுபாடுகள் காணப்படும்.
அதாவது அவர்கள் ஒவ்வொரு செயல்களைச் செய்ய
தாமதமாகும். பேச்சுத்திறனும் தாமதமாகத்தான் இருக்கும்.
இதற்கு நிறைய காரணங்களைக் கூறலாம். ஆனால் நான் என்
அனுபவத்தில் அறிந்தது,

. குறைந்த எடையுடன் பிறப்பது

. சத்துக் குறைபாடு

. தாயின் மன அழுத்தம்

. தாய்க்கு சரியான கவனிப்பு இல்லாமல் இருப்பது

. கருத்து வேறுபாட்டினால் குடும்பத்தில் பிரச்சனை

. குறைப்பிரசவம்

. குழந்தையின் தலையில் அடிபடுவது

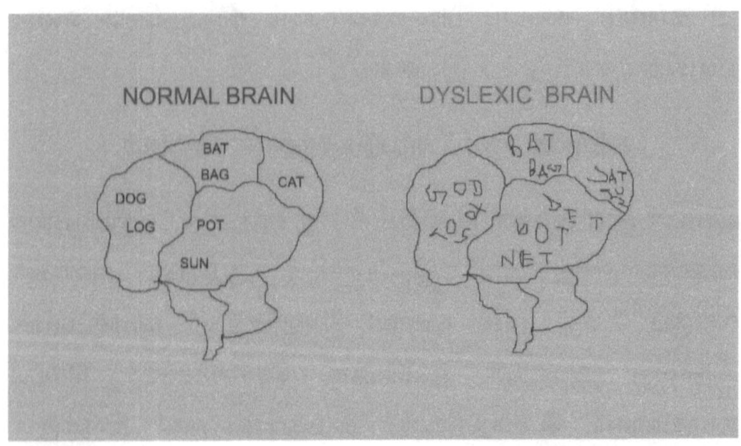

கற்றலில் சிரமம் ஏற்படுவதற்கான அறிவியல் காரணங்கள் நிறையவே இருக்கிறது. ஆனால் நான் இங்கு கூறியது அனைத்தும் உணர்ச்சி பூர்வமான அனுபவங்கள். இதெல்லாம்

காரணமாக இருக்கலாமே தவிர இது மட்டுமே காரணம் அல்ல. அதே போல் இதெல்லாம் நடந்தால் குழந்தைக்குச் சிரமம் இருக்க வேண்டிய கட்டயாமும் இல்லை.

கற்றலில் சிரமம் உடைய குழந்தைகளின் தாய்மார்களின் எண்ணம்

டிவைன் குழந்தையின் உலகம் எப்படி இருக்கிறது என்று ஒரு டிவைன் அம்மாவின் பார்வையில் பார்த்தோமேயானால், இந்த உலகம் அவர்களைப் பொறுத்த வரைக்கும் மிகவும் கடினமான உலகம், பாரபட்சம் பார்க்கும் உலகம், வேற்றுமை நிறைந்த உலகம் என்றே கூறலாம். முதலில் கல்வியை எடுத்துக் கொண்டோமேயனால் அவர்களுக்கு எந்தவிதமான கல்வி கொடுப்பது, எப்படிக் கொடுப்பது, யார் கொடுப்பது என்ற நிறைய கேள்விகள் எழும். ஏனென்றால் இதனைப் பற்றிய விழிப்புணர்வு நம் மக்களிடையே இல்லை. படிக்கவில்லை என்றால் ஏன் அவர்களால் படிக்க முடியவில்லை என்று யோசிக்காமல் அவர்களை மக்கு என்றோ, புத்தியில்லாதவர்கள் என்றோ முத்திரைக் குத்தப்படுகின்றனர். கற்றலில் சிரமம் இருப்பதால் தான் அவர்களால் படிக்க முடியவில்லை என்றும், அவர்கள் வித்தியாசமாக சிந்திப்பவர்கள் என்ற எண்ணமும் ஏன் வருவதில்லை.

கல்வி கற்கும் விதம் டிவைன் குழந்தைகளுக்கு சற்று தாமதமாகும். அதனால் அவர்கள் கல்வியில் பின்தங்கியவர்களாகக் கருதி ஊக்கம் கொடுப்பதில்லை. மாறாக விமர்ச்சிக்கப்படுகிறார்கள். அதனால் நிறைய டிவைன் குழந்தைகள் படிப்பை பாதியிலேயே நிறுத்த வேண்டிய சூழ்நிலைக்குத் தள்ளப்படுகிறார்கள். டிவைன் அம்மாக்களுக்கு தங்கள் குழந்தைகளுக்கு பாடம் கற்றுக் கொடுப்பது என்பது மிகப்பெரிய சவாலாகவே இருக்கிறது. அதனால் குழந்தைகளுக்கும், அம்மாக்களுக்கும் படிப்பில் மற்ற குழந்தைகளைவிட பின் தங்கியிருப்பதால் நிறையவே மன அழுத்தம் ஏற்படுகிறது. மேலும் குழந்தைக்கு படிப்பு வரவில்லையே என்ற ஏமாற்றமும் சேர்ந்துவிடும். கற்பிக்கும் முறையை மாற்றுவதன் மூலம் கல்விப் பாடங்களைக் கற்க உதவலாம்.

மூன்று வகையான கல்வி கற்கும் விதம் உள்ளது. முதலாவது கேட்டல் வழியாக கற்பது, இரண்டாவது பார்த்தல் வழியாக கற்பது, மூன்றாவது உணர்தல் வழியாக கற்பது. பெரும்பாலும் டிவைன் குழந்தைகளுக்கு பார்த்தல் வழியாகக் கற்பது என்பது அவர்களுக்கு கைகொடுக்கும்.

அடுத்து ஒரு டிவைன் அம்மாவின் பயம் என்பது சாதாரண பயம் அல்ல. அது ஆழமாக வேரூன்றிய பயம். குழந்தை கஷ்டப்படுகிறதே என்றும், அவர்களுக்கு சரியாகுமா ஆகாதா என்றும், மற்றவர்களால் நிராகரிக்கப்படுவார்களோ என்றும், மேலும் அனைத்துப் பிரச்சனைகளுக்கும் அவர்கள் தான் காரணம் என்றும் நினைப்பது, தான் தான் குழந்தையை சரியாக வளர்க்கவில்லையோ என்று தோன்றுவது, மற்ற அம்மாக்களுடன் ஒப்பிட்டுக் கொள்வது, ஏதோ பாவம் செய்தவர்களாக நினைத்துக் கொள்வது. இதனால் அவர்கள் தங்களைத் தாங்களே குறைத்துக் கொள்வது அல்லது தாழ்த்திக் கொள்வது மற்றும் அவர்கள் சமுதாயத்திடமிருந்து ஒதுங்கியே இருப்பது. இவை எல்லாம் டிவைன் அம்மாகளுக்கு உரிய உணர்ச்சிகள்.

ஏன் அவர்கள் சமுதாயத்திடம் இருந்து ஒதுங்குகிறார்கள்? ஏனெனில் தங்களுடைய குழந்தையின் சிரமம் வெளியே தெரிந்து விடுமோ என்று அஞ்சுவது, தெரிந்துவிட்டால் அவர்களுடைய எதிர்காலம் பாதிக்குமோ என்று நினைப்பது,

அப்படித் தெரிந்துவிட்டால் அவர்களுக்கு கிடைக்க வேண்டிய நட்பு, பாசம், மரியாதை போன்றவை கிடைக்காமல் போய்விடுமோ என்று அஞ்சுவது. இது தான் அவர்கள் தன்னைத் தானே தனிமைப்படுத்திக் கொள்வதற்கு காரணமாக இருக்கிறது. இப்படியெல்லாம் யோசிக்காமல் டிவைன் அம்மாக்கள் தங்களுடைய வேலையில் மட்டுமே கவனம் செலுத்த வேண்டும். மேலும் அதில் திருப்திகரமாகவும் திகழ வேண்டும்.

"எந்த வேலையானாலும் எளிதாகவோ, சுருக்கமாகவோ அல்லது நன்றாகவோ நடக்க வேண்டும் என்று காத்திருக்காதீர்கள்"

"வாழ்க்கை என்பது எப்பொழுதுமே சிக்கலானது தான்"

"அவரவர் சந்தோஷம் அவரவர் கைகளில் தான் உள்ளது"

என்ன இல்லையோ அதில் கவனம் செலுத்துவதை விட என்ன இருக்கிறதோ அதில் கவனம் செலுத்த வேண்டும்.

யாருக்கு மன அழுத்தம் அதிகம் - டிவைன் அம்மாவுக்கா? டிவைன் குழந்தைக்கா?

டிவைன் அம்மாக்களுக்கு மன அழுத்தம் அதிகமாகவே இருக்கும். அன்மையில் நடந்த ஓர் ஆய்வில், கற்றலில் சிரமம், (Dyslexia, Autism, ADHD,...) போன்று இருக்கும்

குழந்தைகளின் அம்மாக்களுக்கு மன அழுத்த ஹார்மோன்களின் (Stress Hormones) அளவு எப்படி இருக்குமென்றால், போர் வீரர்களுக்கு எவ்வளவு இருக்குமோ, அந்தளவு இருக்கும் என்று கண்டறிந்திருக்கிறார்கள். மன அழுத்தத்திற்கான காரணங்கள் என்னவெனில், குழந்தைக்கு சரியான பாதுகாப்பு கிடைக்குமா அல்லது கொடுக்க முடியுமா என்று எண்ணுவது, வீட்டில் இருக்கும் தன் குடும்பத்தினரை நல்ல முறையில் பார்த்துக் கொள்ள முடிகிறதா இல்லையா என்ற குழப்பம், மற்ற குழந்தை போல் தன் குழந்தை இல்லையே என்று நினைப்பது, தன் குழந்தை மேல் வைத்திருந்த நம்பிக்கை மற்றும் கனவு எல்லாம் இழந்ததைப் போன்ற ஒரு உணர்வு, குழந்தை வளர்ப்பு பற்றிய கனவு வேறு மாதிரியானது, மற்ற குழந்தைகள் போல் தங்கள் குழந்தைக்கு வாய்ப்புகள் கிடைக்கவில்லையே என்கிற ஏக்கம்.

அதே போல் டிவைன் குழந்தைகளுக்கும் நிறையவே மன அழுத்தம் ஏற்பட வாய்ப்புகள் இருக்கிறது. அவர்களால் முடியாததை வற்புறுத்தி செய்ய வைக்கும் பொழுது நிறையவே எதிர்மறை விளைவுகள் சந்திக்கிறார்கள். அவர்கள் ஏன் செய்ய மறுக்கிறார்கள் என்பதைப் புரிந்து கொள்ள வேண்டும் ஏனெனில் மறுப்பதற்கு நிறைய காரணங்கள் இருக்கிறது. செய்ய முடியாத ஒன்றை எவ்வாறு செய்ய முடியும் என்று புரிந்து கொள்ள வேண்டும். ஒவ்வொருவருக்கு ஒரு சில விஷயங்களில் ஆர்வம் இருக்கும். படிப்பில் ஆர்வம் இருந்தால் நன்றாகப் படிக்க முடியும். இதுவே விளையாட்டில் ஆர்வம் இருப்பவர்களுக்கு படிப்பில் ஆர்வம் இருக்கும் வாய்ப்பு குறைவு. வேறு சிலருக்கோ கலைகளில் ஆர்வம் இருக்கும். விளையாட்டில் ஆர்வம் இருக்கும் குழந்தையை வற்புறுத்தி நடனம் ஆட வைக்க முடியாது. அதே போல் IAS படிக்க வேண்டும் என்று நினைப்பவர்களுக்கு மருத்துவம் தான் படிக்க வேண்டும் என்று சொல்லுவது சாத்தியமில்லை. அதே போல் கற்றலில் சிரமம் இருக்கும் குழந்தையை வற்புறுத்தி படிக்க வேண்டும் என்று கட்டாயப்படுத்துவது, மேலும் அவர்களுக்கு சிறப்பு பயிற்சிக்கு (Tuition) அனுப்புவது என்பது அவர்கள் தன்னம்பிக்கையை குறைக்குமே தவிர வேறு எந்த நன்மையும் தராது. அவர்கள் அங்கு கேலிப் பொருளாகத்தான் காட்சிப்படுத்தப்படுவார்கள். டிவைன் அம்மாவோ அல்லது

டிவைன் குழந்தையோ தவறவிட்டதை (படிப்பு அல்லது வாய்ப்பு) எதுவாகயிருந்தாலும், மீண்டும் மீண்டும் நினைவூட்டுவதால், அது நாள்பட்ட கவலைக்கு வழிவகுக்குமே தவிர எந்த நன்மையும் தராது.

சுய பாதுகாப்பு குழந்தையின் பாதுகாப்பு

அடுத்து, டிவைன் அம்மாக்கள் அடிக்கடி சோர்வு நிலைக்குச் சென்று விடுவார்கள். அதாவது, மனச்சோர்வுக்குத் தள்ளப்படுவார்கள். அவர்கள் தங்களுடைய குழந்தையை கவனிக்கவே அவர்களுடைய சக்தி முழுவதும் கரைந்து விடும். மேலும் அவர்கள் தங்களுடைய சக்தியை விரைவாக நிரப்ப வேண்டும். அப்படி நிரப்பினால் தான் அவர்களால் அடுத்த வேலையை கவனிக்க முடியும். அவர்களால் சோர்ந்து உட்காருவதற்கு கூட நேரமிருக்காது. இப்படி அவர்களுடைய வாழ்க்கை ஓட்டப்பந்தயம் போல் இருக்கும் பட்சத்தில், அவர்கள் தங்களுடைய தேவைகளைப் பூர்த்தி செய்து கொள்வது என்பது சாத்தியமில்லாத ஒன்றாக இருப்பினும் மிகவும் அவசியமாகிறது. அவர்கள் எவ்வாறு தங்களுடைய சக்தியை அதிகரித்துக் கொள்வது? அவர்கள் மற்ற டிவைன் அம்மாக்களுடன் பழகும் போது அவர்களுக்கு நிறைய ஆதரவும், பல பயனுள்ள தகவல்களும் கிடைக்கும். மேலும் அவர்களுடைய உணர்வுகளும் ஒத்துப் போகும். அதாவது,

ஒரே படகில் பயணம் செய்வது போன்ற உணர்வு ஏற்படும். (Sailing in the same boat)

டிவைன் அம்மாக்கள் மிகவும் வலிமையானவர்கள் என்றே கூறலாம். ஏன் வலிமையானவர்கள் எனில், அவர்கள் தான் வாழ்க்கையில் நிறைய சவால்களை எதிர்கொள்கிறார்கள். அவர்கள் அவர்களுடைய, குழந்தையின் உரிமைக்காகப் போராடுபவர்கள் மற்றும் அவர்களுடைய குழந்தைக்காக வாதாடுபவர்களும் அவர்களே. அவர்களை இந்த உலகம் எப்போதும் புரிந்து கொள்வது இல்லை, சிறந்த இடமளிப்பதும் இல்லை. அவர்கள் நிறைய போராட்டங்களை கடந்து வர வேண்டியுள்ளது. இத்தனைப் போராட்டத்திற்குப் பிறகும், அவர்கள் தங்களுடைய குழந்தையிடமிருந்து மகிழ்ச்சியைப் பார்க்கிறார்கள், தன் குழந்தையால் வாழ்க்கை அழகானதாகவும் நினைக்கிறார்கள்.

அம்மாக்கள் தங்கள் குழந்தை மீது வைத்திருக்கும் பாசம் மிகவும் வலிமை வாய்ந்தது. குழந்தைக்காக என்ன வேண்டுமானாலும் செய்வற்குத் தயாராக இருக்கிறார்கள். இதற்கு ஒரு உதாரணம் எனக்கு தெரிந்த ஒரு டிவைன் அம்மா தன் குழந்தையின் படிப்பிற்காக தினமும் 115 km பயணம் செய்கிறார். தான் வசிக்கும் ஊரில் சிறப்புப் பள்ளிக்கூடம் இல்லை. அதனால் தன் குழந்தையை தினமும் 115 km பயணம்

செய்து சிறப்புப் பள்ளிக்கூடத்திற்கு அழைத்து வந்து கூடவே இருந்து, முடியும் வரைக் காத்திருந்து, பின் மீண்டும் பயணம் செய்கிறார். இது ஒரு டிவைன் அம்மாவினுடைய கதை. இந்த மாதிரி கதைகள் இன்னும் ஏராளமாக இருக்கிறது. ஒரு டிவைன் தாய் தன் குழந்தைக்கு எப்படியெல்லாம் கற்றுக் கொடுக்க முடியுமோ, கற்றக் கொடுக்கிறார்.

"தங்கள் குழந்தையை பாதுகாப்பது என்பது, எப்படி போர் வீரர்கள் நாட்டை காப்பாற்றுகிறார்களோ, அவ்வாறு தங்களுடைய குழந்தையைக் காக்கிறார்கள்."

அவர்களுக்கு எத்தனை சோதனைகள் வந்தாலும், அதிலிருந்து மீண்டு வந்து தன்னுடைய வாழ்க்கைப் பயணத்தை தொடர்ந்து கொண்டே இருப்பார்கள். அவர்களைப் பொறுத்தவரை தன் குழந்தை மற்ற குழந்தைகளை விட எந்த விதத்திலும் தாழ்ந்து விடவில்லை என்பதே.

நம் சமுதாயத்தில் பிறக்கும் ஒவ்வொருவருக்கும் ஏதாவது ஒரு விதத்தில் மன அழுத்தம் இருக்கத்தான் செய்கிறது. இந்த மாதிரி அழுத்தம் டிவைன் அம்மாக்களுக்கு மட்டுமல்ல, எல்லா அம்மாக்களுக்கும் தான் இருக்கிறது. பொதுவாக நிறைய பெற்றோர் தங்கள் கனவை தன் பிள்ளைகள் மீது திணிக்கிறார்கள். பெற்றோர்கள் சொல்வதைத்தான்

பிள்ளைகள் படிக்க வேண்டும் என்று நினைக்கிறார்கள். பிள்ளைகளுக்கு விருப்பமானவற்றை படிக்க அனுமதிப்பதில்லை. அதுவுமில்லாமல், நம் சமுதாயத்தில் குறிப்பிட்ட சில படிப்புகளுக்கு மட்டுமே மதிப்பு கொடுத்து வைத்திருக்கிறார்கள். அந்த ஒரு சில படிப்பைத் தவிர வேறு ஏதாவது புதுமையாகவோ, வித்தியாசமாகவோ, தனக்குப் பிடித்தவற்றை படிக்க வேண்டும் என்று நினைத்தால் பெற்றோர்கள் அனுமதிப்பதில்லை. அப்படியே மீறி குழந்தைகள் ஆசைப்பட்டதை படிக்க வைத்தால், ஏன் இந்தப் படிப்பைத் தேர்ந்தெடுத்திருக்கிறீர்கள்? என்று இந்த சமுதாயம் கேட்பது வாடிக்கையாகிவிட்டது. பிள்ளைக்கு இதுதான் பிடித்திருக்கிறது என்று சொன்னால், அதற்கு அவர்கள் சொல்வதையெல்லாம் ஏன் கேட்க வேண்டும். அவர்களுக்கு என்ன தெரியும், நாம் தான் நல்லது எது என்று சொல்லி புரிய வைக்க வேண்டும் என்று பதில் கூறுவார்கள். படிப்பில் இது கௌரவமானதா இல்லையா? என்று ஏன் பார்க்க வேண்டும். எதில் ஆர்வம் இருக்கிறதோ, அதைப் படித்தால் தானே அவர்களால் சாதிக்க முடியும்.

டிவைன் குழந்தையை வெளியே அழைத்துப் போவது என்பது பொதுவாக நிறைய பெற்றோர்களுக்கு ஒரு சவாலான விஷயம். அவர்களை வெளியே அழைத்துச் செல்வதற்கு முன் ஒரு ஆசிரியர் தன் மாணவர்களுக்கு பரீட்சைக்கு முன் தினம்

பாடம் நடத்துவது போல நடத்திவிட்டுத்தான் அழைத்துச் செல்வார்கள். இப்படி பேசு, அப்படி நடந்துக்கோ, இந்த மாதிரி சாப்பிடனும் என்று சொல்லிச் சொல்லி அழைத்துச் செல்வார்கள். இருப்பினும் அவர்களால் இதையெல்லாம் ஞாபகம் வைத்துக் கொள்ள முடியாமல் தன் இயல்பானவற்றையே வெளிப்படுத்துவார்கள். அதனால் வீட்டிற்கு வந்தவுடன், நான் இவ்வளவு சொல்லியும் நீ ஏன் என் பேச்சைக் கேட்பதில்லை என்று சொல்லிக் குழந்தையை திட்டுவது, கடிந்து கொள்வது, இதற்கெல்லாம் காரணம், அவர்கள் அவ்வாறு நடந்து கொள்வது என்பது வேண்டுமென்றே அல்ல சில விஷயங்கள் அவர்கள் அறியாமலேயே செய்கிறார்கள். இதற்கு ஆங்கிலத்தில் impulsive behaviour என்று கூறுவார்கள். மற்றவர்கள் என்ன நினைப்பார்களோ என்று நாம் குழந்தைகளை கண்டிப்பது என்பது அவர்களுடைய மன நலனுக்கு நல்லதல்ல. கற்றலில் சிரமம் உள்ள நிறைய பிரபலங்கள் தங்களின் விடாமுயற்சியால் எத்தனையோ சாதனை செய்திருக்கிறார்கள். தாமஸ் ஆல்வா எடிசன் அவர் ஒரு விஞ்ஞானி என்று அனைவருக்குமே தெரியும். ஆனால் அவர் பள்ளியில் படிக்கும் போது படிப்பு வரவில்லை என்று பள்ளியிலிருந்து ஒரு கடிதம் கொடுத்து வீட்டிற்கு அனுப்பிவிட்டனர். அந்தக் கடிதத்தில் உங்கள் பையன் ஒரு முட்டாள், அவனால் எங்கள் பள்ளியில் படிக்க

முடியாது. எனவே நீங்களே அவனை படிக்க வையுங்கள் என்று குறிப்பிட்டிருந்தனர். இதைப் பார்த்த அந்த தாய்க்கு அழுகை வருகிறது. ஆனால், அதைக் காட்டிக்கொள்ளாமல் தன் மகனிடம் இவ்வாறு கூறுகிறார் அதாவது, "நீ ஒரு பெரிய புத்திசாலி, உன் திறமைக்கு ஏற்ப எங்கள் பள்ளியில் உனக்குப்பாடம் சொல்லிக் கொடுக்க முடியாது. ஆதனால் நீ ஏதாவது ஒரு நூலகத்திற்குச் சென்று படிக்கவும்" என்று எழுதியிருந்ததாக அந்தத் தாய் கூறுகிறார். இதை நம்பிய அந்தச் சிறுவன், அந்தத்தாய் சொன்ன மாதிரியே அருகில் இருக்கும் நூலகத்திற்குச் சென்று படிக்கிறார். தாயும் அவருக்கு துணை புரிகிறார் பிற்காலத்தில் அவர் நிறைய கருவிகளைக் கண்டுபிடிக்கிறார். அது ஒளிவிளக்கு, ஒலிவரைவி, திரைப்பட கருவி உள்ளிட்ட பல கருவிகளைக் கண்டுபிடிக்கிறார். அந்தக் கடிதம் அவருடைய தாய் இறந்தபிறகு கிடைக்கிறது. அதைப் பார்த்து அவர் அழுகிறார். அவருடைய தாயின் ஊக்கமும் நம்பிக்கையும் தான் அவர் மிகப்பெரிய கண்டுபிடிப்பாளர் ஆவதற்கு காரணம்.

டிவைன் அம்மாக்களின் மிகப்பெரிய மனப்போராட்டம் தங்களின் குழந்தைகளின் பாதுகாப்பு பற்றிய சிந்தனை. ஏனென்றால், அவர்களின் குழந்தைகளுக்கு முறைகேடுகள் நடப்பதற்கு வாய்ப்புகள் அதிகமாக உள்ளன. அது உடல் ரீதியான முறைகேடு மற்றும் உணர்ச்சி ரீதியான முறைகேடு

ஆகும். பெரும்பாலும் பள்ளிக்கூடங்களில், பிற மாணவர்களால் அதிகளவில் துன்புறுத்தப்படுகிறார்கள். பின் அவர்கள் உணர்ச்சி ரீதியான மிரட்டல்களுக்கும் ஆளாக்கப்படுகிறார்கள். மேலும் அவர்களுடைய வெகுளித்தனத்தைப் பயன்படுத்தி அவர்களைத் தவறு செய்யத் தூண்டுவது, அப்படி செய்யவில்லையெனில் அவர்களைப் பற்றித் தவறாக சித்தரித்துவிடுவதாக பயமுறுத்துவது அடுத்து அவர்களை எந்தவொரு தயவு தாட்சன்யம் பார்க்காமல் அடிப்பது, வெளியே சொல்லக்கூடாது என்று மிரட்டுவது. குழந்தைகளும் தங்களுக்கு நடக்கும் முறைகேடுகளை வெளியில் சொல்வதில்லை. அதற்கு காரணம், எங்கே வெளியில் சொன்னால் மேலும் தங்களைத் துன்புறுத்துவார்களோ என்ற பயம், அல்லது சொன்னால் நம்புவார்களோ இல்லையோ என்கிற பயம். தங்களுக்கு நடக்கும் கொடுமைகளை வெளியே சொல்லமுடியாமலும் அப்படியே சொன்னால் நம்புவார்களோ மாட்டார்களோ என்ற எண்ணம் வருவது அவர்களை மனதளவில் எவ்வளவு பலவீனப்படுத்தும். அடுத்து அவர்களை உதாசீனப்படுத்துவது. உதாசீனம் செய்வதும் முறைகேடு தான் அவர்களுடைய சின்னச்சின்ன குறைகளை சுட்டிக்காட்டி புறக்கணிப்பது. இது எப்படி இருக்கிறதென்றால், தாங்கள் செய்யாத தவறுக்குத் தண்டனை பெறுவது போல் இருக்கிறது. அடுத்து அவர்களுக்கு பாலியல் ரீதியான தொந்தரவுகளும் நிறையவே

நடக்கிறது. உடல்ரீதியான முறைகேடாக இருந்தாலும் சரி, உணர்வு ரீதியான முறைகேடாக இருந்தாலும் சரி அவர்களை மனதளவில் அதிகம் பாதிக்கும். ஏற்கனவே சிரமப்படுவர்களை மேலும் சிரமப்படுத்துவது என்பது எவ்வளவு பெரிய கொடுமை. அன்மையில் நடந்த ஆய்வில் கற்றலில் குறைபாடுள்ள மூன்றில் ஒரு குழந்தைக்கு முறைகேடு நடப்பதாகவும் இதுவே சாதாரண குழந்தை எனில் பத்தில் ஒரு குழந்தை பாதிக்கப்படுகிறது என்றும் கணக்கெடுப்பில் அறியப்பட்டுள்ளது.

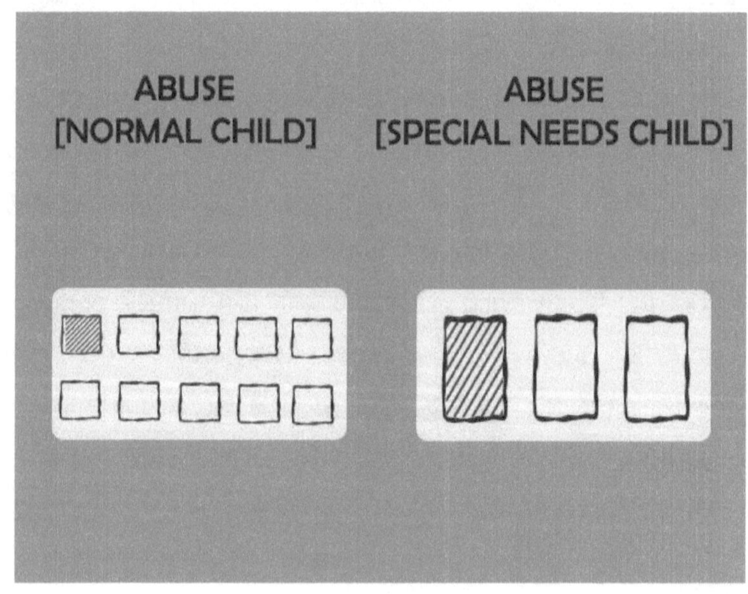

முறைகேடு பற்றி பெற்றோர்கள் தான் குழந்தைக்கு புரிய வைக்க வேண்டும். பெண் குழந்தையாக இருந்தால் தாய் தான் அந்தக் குழந்தைக்கு நல்ல தொடுதல் எது, கெட்ட தொடுதல் எது என்பதை சொல்லித்தர வேண்டும். குழந்தைக்குப் புரியவில்லையெனில், படங்கள் மூலம் சொல்லித்தர வேண்டும். எந்தவிதமான முறைகேடோன இருந்தாலும் அது (புறக்கணிப்பாக இருந்தாலும் சரி, பாலியல் துன்புறுத்தலாக இருந்தாலும் சரி) உடல்ரீதியாகவோ, மனரீதியாகவோ, இருக்கும் பட்சத்தில் குழந்தைகளால் சொல்ல முடியாமல் போனாலும், அவர்களின் சில விதமான உடல் மொழிகளின் வழியாகவும், வழக்கத்திற்கு மாறான செயல்கள் வழியாகவும் தெரிந்து கொள்ளலாம். பள்ளிக்கூடங்களிலும் அவர்களை கண்ணியத்துடன் நடத்தப்பட வேண்டும். அவர்களை தவறாகவோ, வித்தியாசமாகவோ நடத்துவது அல்லது அவர்களை ஒதுக்குவதோ கூடாது.

"பெற்றோர்கள் விரும்பிச் செய்யும் கடினமான வேலை பெற்றோர்களாக இருப்பது தான்"

கற்றலில் சிரமம் உள்ள குழந்தையை வளர்க்கும் போது எளிதாக விரக்தி அடைய வாய்ப்புள்ளது. அதனால் அவர்களுக்கென்று சிறப்பு கவனம் தேவைப்படுகிறது. அதிகமான விரக்தியோ, அல்லது மன அழுத்தமோ அல்லது ஆற்றல் குறையும் போதோ டிவைன் அம்மாக்கள் தங்களைத்

தாங்களே ஊக்கப்படுத்திக் கொள்ள வேண்டும். அதற்கு சில வழிகள்:

- நேர்மையான எண்ணங்களை சிந்திக்க வேண்டும்

- அவர்களுக்கென்று சிறிது நேரம் ஒதுக்க வேண்டும்

- மனம் அமைதியடையவும், கவனம் அதிகரிக்கவும் அவர்கள் தங்களுடைய எண்ணங்களை திசைதிருப்ப வேண்டும். அதற்கு தியானம் பழகலாம். நம்பகத்தன்மை வாய்ந்தவர்களிடம் சிறிது நேரம் மனம் விட்டுப் பேசலாம்.

- ஒரு சிறந்த ஆலோசகரிடம் ஆலோசனைப் பெறலாம்.

டிவைன் அம்மாவின் கனவு உலகம்

எந்தப் பெற்றோரும் தங்கள் குழந்தை நோய்வாய்ப்படுவதையோ, குறைபாடு உள்ளவர்களாகவோ அல்லது தீங்கு விளைவிக்கப்படுவதையோ விரும்புவதில்லை. கற்றலில் சிரமம் உள்ள குழந்தையின் அம்மாவுடைய கனவு உலகம் எப்படி இருக்கும்? எப்படி இருந்தால் அவர்களும் அவர்களுடைய குழந்தைகளும் நன்றாக இருப்பார்கள்? இந்த உலகத்தில் அவர்களுடைய எதிர்பார்ப்பு என்ன? இப்படி ஒரு டிவைன் அம்மாவின் கனவுகளுக்காக கேள்வி கேட்டுக் கொண்டே போகலாம். கனவு என்பது எல்லோருக்குமே

ஏற்படும். கனவு காணாதவர்கள் இருக்க முடியாது என்றே கூறலாம்.

"கனவு காணுங்கள் ஆனால் கனவு என்பது நீ தூக்கத்தில் காண்பது அல்ல உன்னை தூங்கவிடாமல் பண்ணுவது

எதுவோ அதுவே இலட்சிய கனவு" -என்று கூறியிருப்பவர் டாக்டர் APJ அப்துல் கலாம் அவர்கள்.

ஒரு டிவைன் அம்மா எப்போது சந்தோஷமாக இருப்பார் இது ஒவ்வொரு டிவைன் அம்மாவின் கனவு. எப்போது எனில், இந்த உலகம் அவர்களுக்கு உதவும் போதும், அவர்களுக்காக பேசும் போதும், அவர்களுடைய கடினமான நேரத்தில் கை கொடுக்கும் போதும், அவர்களுடைய கஷ்டங்களைப் புரிந்து கொள்ளும் போதும் ஒரு டிவைன் தாய் மகிழ்ச்சியடைகிறார். அவர்களை எப்படியெல்லாம் உதவலாம் என்றும் அவர்களுக்கு பிறருடைய உதவி எப்போதெல்லாம் தேவை என்பதைப் புரிந்து கொண்டு அவர்களுக்கு உதவித் தேவைப்படும் பொழுது அவர்கள் கேட்க கூச்சப்படலாம். அந்த மாதிரி நேரங்களில் அவர்களாகக் கேட்கும் முன்னே தாமாக வந்து என்ன வேண்டும் என்று கேட்டு செய்து கொடுத்தால் எவ்வளவு நன்றாக உணர்வார்கள். அப்பொழுது அவர்களுக்கு நேர்மறையான உணர்வுகள் ஏற்படும்.

டிவைன் அம்மாகளுக்கு ஏதோ ஒரு தனிமைப்படுத்தப்பட்ட உணர்வுகள் நிறைய இருக்கும். அந்த உணர்வை மாற்றுவதற்கு என்ன தேவை? அவர்களையும் மற்றவர்கள் போல் நடத்த வேண்டும். "நாங்கள் உங்களுக்காக இருக்கிறோம்" என்ற உணர்வைக் கொடுக்கும் வகையில் அவர்களுக்கு ஆதரவு கொடுக்க வேண்டும். அவர்களுக்கு

ஆதரவு கொடுப்பதாக நினைத்து ஆலோசனை கொடுத்தால் அது அவர்களுக்கு மேலும் வலியைத்தான் கொடுக்கும். ஏனென்றால் அவர்கள் எல்லா விதமான சிகிச்சைகளும் குழந்தைக்கு கொடுத்திருப்பார்கள். டிவைன் அம்மாக்களின் வலியைப் புரிந்து கொண்டு அவர்கள் சொல்வதை கேட்டாலே அவர்களுக்கு மிகவும் ஆதரவாக இருக்கும்.

டிவைன் குழந்தைகள் இருக்கும் வீட்டில், அவர்களுடைய குடும்பத்துடன் சேர்ந்து பண்டிகைகளைக் கொண்டாடலாம். அவர்களைக் குறை உள்ளவர்களாகப் பார்க்காமல், அது ஒரு மாறுபட்ட திறனாக பார்க்க வேண்டும்.

அவர்களுடைய தேவைகள் என்னென்ன என்று புரிந்து கொள்ள வேண்டும் அவர்களுக்கு தங்களுடைய குழந்தைகளிடம் செலவழிக்க கூடுதல் நேரம் தேவைப்படும். இதைப் புரிந்து கொண்டு அவர்களுக்கு கூடுதல் நேரம் கொடுக்க வேண்டும்.

டிவைன் குழந்தைகளை உற்றுப் பார்க்காமல், அன்பாக பார்க்க வேண்டும். சில சமயங்களில் பார்ப்பவர்கள் தங்களை அறியாமலேயே குழந்தைகளைப் பார்க்கிறார்கள். அதற்கு பதிலாக அவர்களிடம் அன்பாக வணக்கம் என்று கூறலாம். ஒரு சின்ன புன்சிரிப்புகாக் கூட இருக்கலாம். அது எல்லோருக்கும் ஒரு சந்தோஷத்தைக் கொடுக்கும்.

"நீங்கள் எப்படி நடத்தப்பட விரும்புகிறீர்கள், அப்படி எல்லோரையும் நடத்துங்கள்" என்பது ஒரு விதி.

"நேர்மறை எண்ணங்களுடன் அவர்களைத் தொடர்பு கொள்ள வேண்டும்", அப்படி தொடர்பு கொண்டு பேசும் பொழுது பொறுமையுடனும், நிதானமாகவும் பேசும் பொழுது அந்தத் தொடர்பில் நல்ல உணர்வும், பரஸ்பர மரியாதையுணர்வும் இருக்கும். மேலும் அவ்வாறு பேசும் போதோ பழகும் போதோ அவர்களுடைய குழந்தையின் திறன்களை பற்றி மட்டுமே பேச வேண்டும். இந்த மாதிரி நட்புடன் பழகும் போது டிவைன் அம்மாவின் உடல் நலனும், மன நலனும் சீர்படும்.

டிவைன் உலகத்தில் முக்கியமாக வலியுறுத்தப்படும் விஷயம் என்னவென்றால், ஒவ்வொரு டிவைன் அம்மாவும் தங்களை கவனித்துக் கொள்வதற்கென்று சிறிது நேரம் கட்டாயம் ஒதுக்க வேண்டும். அது ஒரு ஆடம்பர செயலாக கருதாமல், ஓர் அவசியமான செயலாகக் கருத வேண்டும்.

திட்டமிடாத பயணம்

ஒவ்வொரு பெற்றோருக்கும் தங்களுடைய குழந்தைக்கு சிரமம் இருக்கிறது என்பது, பின் அவர்களை வளர்ப்பது என்பது ஒரு "திட்டமிடாத பயணம்" என்றே கூறலாம். இந்தப் பயணமானது அவர்களுக்கே புதியது அவ்வாறு இருக்கையில் அவர்கள் தங்களுடைய குழந்தையை வளர்க்க ஒவ்வொரு நிலையிலும்

கற்றுக் கொண்டு செய்ய வேண்டியுள்ளது. அவர்களுக்கு நிறைய நேரமும் மனவலிமையும், உடல் வலிமையும் தேவைப்படுகிறது. அதற்கு இந்த சமுதாயம் மற்றும் குடும்பம் குறையாகப் பார்க்காமல் அவர்களைத் தனித்தன்மை வாய்ந்தவர்கள் என்றும் அவர்களுக்கும் சமமான உரிமை வேண்டும் என்று நினைப்பதும் மிகவும் ஒரு அழகான விஷயம். எல்லா டிவைன் தாய்மார்களின் கனவும் இதுவே.

இந்த உலகம் அழகானவர்களாலும் மற்றும் அதிசயம் நிகழ்த்த கூடியவர்களாலும் நிரப்பப்பட்டுள்ளது. இந்த உலகில் பிறக்கும் ஒவ்வொருவருக்கும் இந்த பூமியானது அன்பான வரவேற்பை தருகிறது. மேலும் என்னைப் போன்ற தாய்மார்கள் நூற்றுக்கணக்கானவர்கள் இருக்கிறார்கள். அனைவரும் புரிந்து கொள்ள வேண்டியது என்னவெனில், நாம் யாரும் தனித்து விடப்படவில்லை. எல்லா டிவைன் அம்மாக்களின் உணர்வுகள், சந்தேகங்கள், நம்மீது காட்டும் அக்கறை மற்றும் அன்பு அனைத்தும் ஒருவருக்கொருவர் முழுமனதுடன் பறிமாறிக் கொள்ளுதல், என்பது எவ்வளவு அழகான விஷயம். டிவைன் அம்மாக்களுக்கு கிடைத்த மிகப்பெரிய பாக்கியம் அவர்கள் தான் அவர்களுடைய குழந்தைகளுக்கு ஆசிரியர், நண்பன், நலன் விரும்பி, சிகிச்சையாளர், உடற்பயிற்சியாளர், உணவியல் நிபுணர், உளவியல் ஆலோசகர் என்று பல அவதாரங்கள் எடுத்து அனைவரையும் ஆச்சரியப்பட

வைக்கிறார்கள். தன் குழந்தையின் சின்ன வெற்றியையும் கொண்டாடுகிறார்கள். அவர்கள் மதிக்கத்தக்கவர்கள் மற்றும் ரசிக்கத்தக்கவர்கள்.

ஒவ்வொரு டிவைன் அம்மாக்களும் சூப்பர் ஹீரோக்கள், அவர்கள் மிகவும் உறுதியானவர்கள், வலிமையானவர்கள் மற்றும் அன்பானவர்கள். அவர்கள் பிரச்சனையின் போது, கஷ்டப்படுவார்கள், நொறுங்கிப்போவார்கள், ஆனால் முன்னை விட அதிக பலத்துடன் எழுந்து விடுவார்கள். அவர்களின் பலம் அவர்களுக்கேத் தெரியாது. அவர்கள் தங்களுடைய குழந்தைப் பற்றின புகார்கள் வரும் போதெல்லாம் உடைந்து போவார்கள். அது பள்ளிக்கூடத்தில் இருந்து வரும், பொது இடங்களுக்கு அழைத்துச் செல்லும் போது வரும், நண்பர்கள், உறவினர்கள் வீடுகளுக்கு அழைத்துச் செல்லும் போது வரும், இருப்பினும் மீண்டும் அதிலிருந்து எழுந்து, தன் குழந்தைக்கு இன்னும் என்ன நல்லது செய்யலாம் என்று யோசிப்பார்கள். வேறு மருத்துவரை அணுகலாமா, சிகிச்சைக்கு வேறு இடத்துக்கு அழைத்துச் செல்லலாமா என்று தான் யோசிப்பார்கள். எக்காரணத்தைக் கொண்டும், தன் குழந்தைக்ககாகப் போராடுவதை நிறுத்தமாட்டார்கள்.

ஒவ்வொருமுறை தன் குழந்தைக்கு புதுப்புது சிகிச்சையோ அல்லது வேறு புதுவிதமான கலையைக் கற்றுக் கொடுக்கும்

போதோ, தாய் தன் மனதில் "என் குழந்தைக்கு இதுதான் கடைசி முயற்சி இதற்குப்பின் என் குழந்தையிடம் நல்ல மாற்றம் வரும்" என்ற நம்பிக்கையுடன் தான் செய்வார்கள். ஆனால் ஒரு முயற்சி நல்ல விளைவைக் கொடுக்கவில்லை எனில், அவர்கள் மீண்டும் வேறு புதிய முயற்சியை செயல்படுத்த ஆரம்பித்துவிடுவார்கள். அவர்களுடைய குழந்தையின் தேவையை குறைவாக நினைப்பதே இல்லை. தன் குழந்தை ஏதாவது ஒரு சின்ன முயற்சியில் வெற்றிப் பெற்றால் அந்த தாய்க்கு ஏற்படும் மகிழ்ச்சி வார்த்தைகளால் சொல்ல முடியாது. சின்னச்சின்ன வெற்றிக்கு முக்கியத்துவம் கொடுப்பது, அதைக் கொண்டாடுவது என்பது டிவைன் அம்மாக்களால் மட்டுமே முடியும்.

என்னிடம் ஆலோசனைக்காக வரும் டிவைன் அம்மாவுக்கு இரண்டு குழந்தைகள். முதல் குழந்தை சாதாரண குழந்தை. இரண்டாவது டிவைன் குழந்தை. அந்தத் தாய் தன் டிவைன் குழந்தையை விட, முதல் குழந்தையை நினைத்து அதிக வருத்தப்படுகிறார். காரணம் முதல் குழந்தை சொல் பேச்சு கேட்பதில்லை, மரியாதையுடன் பேசுவதில்லை என்றும், ஆனால் தன் இரண்டாவது குழந்தை அதிகம் பாசம் காட்டுவதாகவும், தாயின் மனநிலை அறிந்து நடந்து கொள்வது என்றும் நிறைய சிறந்த குணங்கள் அந்தக் குழந்தையிடம் இருக்கிறது. அதனால், அந்த தாய்க்கு தன்

டிவைன் குழந்தையைப் பார்க்கும் போது மனம் சந்தோஷம் கொடுக்கிறது என்று கூறினார். இதிலிருந்து நமக்கு என்ன தெரிகிறது என்றால் ஒரு தாய்க்குத் தன் குழந்தையிடம் இருந்து கிடைக்கும் அன்பும் பாசமும் அவர்களை மிகவும் உற்சாகத்துடன் செயல்பட வைக்கும் என்பதே. இந்தத் திட்டமிடாத பயணத்தில், ஒரு தாய்க்கு மன வலிமை மற்றும் உற்சாகம் கொடுப்பது அவர்களுடைய குழந்தையின் பாசமும் மகிழ்ச்சியுமே.

சுயகவனம் (Self-care)

சிறப்புக் குழந்தையை வளர்க்கும் ஒவ்வொரு தாய்க்கும் தேவைப்படுவது "தன்னைத்தானே கவனித்துக் கொள்வது" (Self-care). தங்களுடைய நல்வாழ்வுக்காக முன்னுரிமை கொடுக்க வேண்டும். பிடித்தமான செயல்களில் ஈடுபடுவது, மற்றும் தங்களுக்கு ஆதரவு தரும் குழுக்களில் சேர்ந்து கொள்வது.

டிவைன் குழந்தைகள் உள்ள அம்மாக்களிடம் ஆதரவு தருகிறேன், அக்கறை காட்டுகிறேன் என்ற பெயரில் அவர்களிடம் உங்களுடைய குழந்தைக்கு என்ன பிரச்சனை என்று அவர்களைக் கூர்ந்து கவனித்துக் கொண்டே கேட்பது ஒரு தாய்க்கு அதிக மன வேதனைக் கொடுக்கும். அந்தக் கேள்வியின் உள் அர்த்தம் கேட்பவர்களின் எதிர்மறை

உணர்வு பிரதிபலிக்கும். அதற்கு பதிலாக, அந்தக் குழந்தையிடம் உள்ள நல்ல விஷயங்களைப் பார்க்கலாமே. அவர்களுடைய அழகான சிரிப்பு, அதிக சுறுசுறுப்பு இப்படி சில குழந்தைகள் அதிகச் சுட்டித்தனம் செய்வார்கள்.

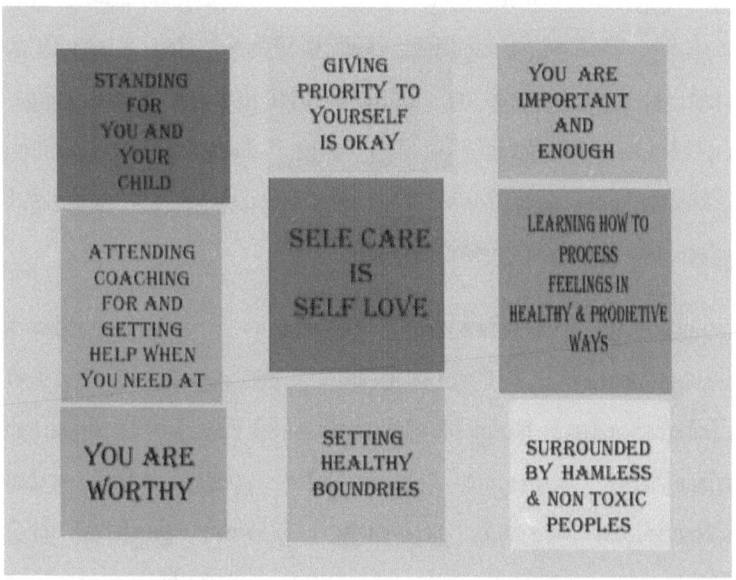

அவர்களுடைய அம்மாக்களும் அந்தக் குழந்தையை எப்படி நல்ல முறையில் வளர்ப்பது என்று தெரிந்து குழந்தையின் விருப்பப்படி நடந்து எப்படி அவர்களை தன் வழிக்குக் கொண்டு வருவது என்று தன் அனுபவத்தில் புரிந்து கொண்டு அதன்படி, அவர்களை அணுகுவார்கள். இதைப் பார்ப்பவர்கள் மிகவும் எளிதாக, "உன்னால் தான் உன் குழந்தையை

சமாளிக்க முடிகிறது" என்றும், "நீ எப்படி இவ்வளவு பொறுமையுடன் கையாள்கிறாய்" என்றும், மேலும் என்னால் எல்லாம் இப்படி பொறுமையுடன் நடந்து கொள்ள முடியாது என்றும் கூறுவர். ஆனால் சற்று சிந்தித்துப் பார்க்க வேண்டும். தன் குழந்தை எவ்வளவு சுட்டித்தனம் செய்தாலும், அதை தன் வழிக்கு கொண்டு வருவது, தன் பேச்சைக் கேட்க வைப்பது என்பது ஒரு தாயால் கட்டாயம் செய்ய முடியும். இதை எந்தப் பள்ளிக்கூடத்திற்கும் சென்று கற்க வேண்டிய அவசியம் இல்லை. இது ஒரு கலை. இது ஒரு குழந்தைக்கும் தாய்க்கும் இடையே ஏற்படும் அன்பு பந்தம்.

குழந்தைத் தெரியாமல் செய்யும் சுட்டித்தனத்தை பொறுக்காமல் கோபப்பட்டு அடித்தால், அதன் பின்விளைவுகள் வேறு மாதிரியாகத்தான் இருக்கும். அதனால் ஏற்படுவது கோபமும், குழப்பமுமே தவிர வேறு நல்ல விஷயங்கள் எதுவும் நடக்காது. ஆனால் இதுவே நாம் பொறுமையுடன் கையாண்டால் அங்கு அமைதியும் ஒப்புதலும் ஏற்படும். ஒரு டிவைன் தாய் அமைதியான சூழலை ஏற்படுத்தவே விரும்புவார்.

ஒவ்வொரு டிவைன் அம்மாவும், தன்னுடைய குழந்தைக்கு என்ன சிரமம் உள்ளது என்று தெரிந்தவுடன், மனம் அதை ஏற்றுக் கொள்ள மறுத்தாலும், அவர்கள் தனக்குத் தேவையான விஷயங்களை தேடித்தேடி படித்தோ, பிறரிடம்

கேட்டோ தெரிந்து கொள்வார்கள். அதனால் அவர்கள் எப்பொழுதும் தன்னுடைய குழந்தைக்குத் தேவையான விஷயங்களை புத்தகம் வழியாகவோ, வலைதளம் வழியாகவோ, மருத்துவர் வழியாகவோ சிகிச்சையாளர் வழியாகவோ, பல விஷயங்களை சேகரித்துக் கொண்டே இருப்பார்கள். இவ்வாறு அவர்கள் கற்கும் விஷயங்களை பிறரிடமும் பகிர்ந்து கொண்டு அவர்களும் பயன்படும்படி செய்வார்கள்.

"சுயகவனம் என்பது சுயநலம் அல்ல". சுய கவனம் என்றால் என்ன? எல்லாருக்குமே தனக்கு என்று சில நேரம் ஒதுக்க

வேண்டும் அதை ஆடம்பரமாகவோ, சுயநலமாகவோ கருதத் தேவை இல்லை. அம்மா என்றால் அந்த சொல்லுக்குப் பொருள் தியாகம் என்றும், அவர்களுக்கு என்று அவர்கள் எதுவுமே செய்யமாட்டார்கள் (செய்யக்கூடாது) என்றும், அவள் என்றுமே தன் குழந்தை, அல்லது குடும்பத்துக்காகவே உழைக்க வேண்டும் என்றும் நெடுங்காலமாக ஒரு பிம்பத்தை ஏற்படுத்தி விட்டார்கள். அவர்களுக்காக அவர்கள் செய்யும் எந்த ஒரு செயலுமே ஆடம்பரமாகவோ அல்லது சுயநலமாகவோ தான் பார்க்கிறார்கள். எதிலுமே அவர்களுக்கு முக்கியத்துவம் கொடுப்பதில்லை, விருப்பம் கேட்பதில்லை. எல்லாவற்றிலுமே குழந்தைகளுக்கும் ஆண்களுக்கும் மட்டுமே முன்னுரிமை இருக்கிறது. அது உடையாகவோ, உணவாகவோ அல்லது வேறு எதுவாக இருந்தாலும் மற்றவர்களுடைய ஆசைதான் தன்னுடைய ஆசையாக அவள் நினைக்க வேண்டும் என்ற கட்டாயம் இருக்கிறது. ஆனால் அவர்களுக்கென்று அவர்கள் சில நேரம் ஒதுக்கி அவர்களுக்குப் பிடித்தவற்றை செய்யும் போது அவர்களுடைய ஆற்றல் கூடுகிறது. அது மிகவும் எளிய உடற்பயிற்சி, நடைப்பயிற்சி, பிடித்த பாட்டு கேட்டல், தியானம், பிடித்த சத்தான உணவு சாப்பிடுவது இந்த மாதிரி சின்னச்சின்ன விஷயங்கள் செய்யும் போது அவர்களுடைய ஆற்றல், கூடும். இது எல்லாத் தாய்மார்களுக்கும் பொருந்தும். டிவைன் தாய்மார்களுக்கு இது மிக மிக அவசியம். ஏனெனில்

குழந்தைக்காக நிறைய நேரமும், ஆற்றலும் செலவழிப்பதால் அவர்களுக்கு வெறுமை ஏற்பட வாய்ப்புள்ளது. அதை போக்கிக் கொள்ள சுய கவனம் பழகுவது அத்தியாவசியமாகிறது. தன்னைத்தானே கவனித்துக் கொள்வது தாய்க்கு மட்டும் அல்ல குழந்தைக்கும் நேரடியாக பயனளிக்கும் அம்மாவின் நலன் குழந்தை வளர்ப்பில் மிகவும் இன்றியமையாதது.

இந்த ஆற்றலை குழந்தைக்காகவும், வீட்டில் உள்ள மற்றவர்களை கவனித்துக் கொள்ளவும் பயன்படும். எப்பொழுதுமே கவலைப்பட்டுக் கொண்டு, தன்னுடைய நிலைமையை நினைத்து சுய பரிதாபம் (தன்னிரக்கம்) படுவது தான் சுயநலம். தன்னிரக்கம் என்பது அவ்வப்பொழுது வருவது இயல்பு. ஆனால் அதிலிருந்து மீண்டு வந்து அடுத்த வேலையைப் பார்க்க வேண்டும். சுய கவனம் திறன்களை வளர்க்க உதவும், தன்னம்பிக்கையுடன் குழந்தையை வளர்க்க உதவும். எல்லாவற்றிலும் அதிக கவனம் செலுத்த உதவும். சுய கவனம் போல் சுய இரக்கம் (Self-compassion) இதுவும் தாய்மார்கள் பழக வேண்டும். அதாவது அவர்கள் தங்கள் மேலேயே கருணையுடன் இருக்க வேண்டும். தங்களுக்கு முன்னுரிமை கொடுக்க வேண்டும். அதனால் அவர்களுடைய ஆரோக்கியம் மேம்படும். குழந்தை வளர்ப்பில் தன்னம்பிக்கை,

குழந்தையுடனான நேர்மறைத் தொடர்புகள் அனைத்தும் குழந்தைக்கும் தாய்க்கும் வலுவான இணைப்பு ஏற்படும்.

கற்றலில் சிரமும், மன அழுத்தமும்

தங்களுடைய குழந்தையின் செயலுக்கும், பெற்றோருடைய மன அழுத்தத்திற்கும் நிறையவே தொடர்பு இருக்கிறது.

அதாவது, குழந்தையின் நடவடிக்கைகளால் பெற்றோருக்கு அதிக மன அழுத்தம் ஏற்படலாம் அல்லது பெற்றோருடைய மனம் அமைதியாக இல்லையெனில் குழந்தையின் நடவடிக்கைகளில் மாற்றம் நிகழலாம். குழந்தையின் நடவடிக்கை மற்றும் சுட்டித்தனமும், பெற்றோருடைய மன அழுத்தமும் ஒன்றோடொன்று தொடர்புடையவை. பெற்றோருடைய எதிர்பார்ப்பு குறைய குறைய பிரச்சனைகளும் குறையும். அதேபோல் எதிர்பார்ப்பு கூடக்கூட பிரச்சனைகளும் கூடும்.

கற்றலில் சிரமம் இருக்கும் குழந்தை சிறு வயதாக இருக்கும் பொழுது, மனரீதியானப் பிரச்சனைகள் இருக்காது. ஆனால் அவர்கள் வளர வளர அவர்களின் படிப்பில் சிரமம் ஏற்படும். மற்ற குழந்தைகளுடன் தாங்களே ஒப்பிட்டுப் பார்த்துக் கொள்வார்கள். அப்பொழுது அவர்களால் மற்ற குழந்தைகளைப் போல் படிக்க முடியவில்லையே என்ற ஏக்கம் ஏற்படும். வகுப்பில் எப்பொழுதுமே பின்தங்கி இருப்பர்.

அதனாலும் அவர்களை குறைவாகப் பார்ப்பார்கள். இந்த இயலாமையே வளர வளர, மன அழுத்தம் ஏற்படுத்தும். அவர்கள் எவ்வளவு முயற்சி செய்தும், அவர்களால் மற்றக் குழந்தைகள் போல் எழுதவோ, படிக்கவோ முடியாமல் போகும் போது, அவர்களை அவர்களே குறைவாக நினைக்க ஆரம்பித்துவிடுவார்கள். இதுவே மனம் சம்மந்தப்பட்டப் பிரச்சனைகள் ஏற்படுவதற்கு வழிவகுக்கும். இப்படி இருக்கும் குழந்தைகளிடம் மற்ற குழந்தைகளைச் சுட்டிக்காட்டி படிப்பில் அவர்கள் போல் இல்லையே என்று கூறும் போதும், உன்னால் ஏன் நல்ல மதிப்பெண்கள் வாங்க முடியவில்லை என்று கேட்கும் போதும் அவர்கள் தன்னைத்தானே மிகவும் குறைவாக நினைக்க ஆரம்பித்துவிடுவார்கள். அவர்கள் மனதுக்குள்ளும் மிக பெரிய போராட்டமே நடக்கும். அந்தக் குழந்தைகளுக்கு மனப்போராட்டம், மனஅழுத்தம் வராமல் தடுக்க வேண்டும் என்றால் தேவைப்படுவது புரிதல் மட்டுமே. புரிதல் முதலில் வரவேண்டியது பெற்றோருக்கு, பின் குடும்பத்திற்கு, பின் சமுதாயத்திற்கு. அவர்களால் படிக்க முடிவதில்லை என்பது மட்டுமே நிஜம். அவர்கள் வேண்டுமென்றே அவ்வாறு படிக்காமல் சோம்பல்பட்டு இருக்கிறார்கள் என்று அர்த்தம் அல்ல. அவர்கள் சராசரியாக ஒரு குழந்தை படிக்க எடுக்கும் முயற்சியைவிட பன் மடங்கு அதிக முயற்சி எடுத்தும் ஓரளவு மட்டுமே மதிப்பெண்கள் எடுக்க முடியும். அதனால் தான், அவர்கள் படிப்பை விட, பிற

கலைகளில் சிறந்து விளங்குவர். எல்லாக் குழந்தைகளுக்கும் எல்லாம் கற்றுக் கொள்வது என்பது சாத்தியம் அல்ல. படிக்கும் மாணவர்களிடையே, சிலர் கணக்குப் பாடம் நன்றாகப் படிப்பர். சில கணக்குத் தவிர பிற பாடங்களை நன்றாகப் படிப்பர். அதே போல் டிவைன் குழந்தைகளுக்கு எதில் நாட்டம் இருக்கிறதோ, அதில் கவனம் செலுத்த வேண்டும். அது படம் வரைதல், விளையாடுதல், பாட்டுப் பாடுதல், கவிதை எழுதுதல், நாட்டியம், இப்படிப்பட்ட ஏராளமான கலைகளில் ஏதேனும் சிலவற்றில் அவர்களுக்கு அதிக நாட்டம் இருக்கும். அதைப் பெற்றோர்கள் புரிந்து கொண்டு அதில் பயிற்சி அளித்தால், அவர்களால் அந்தத் துறையில் சாதிக்க முடியும்.

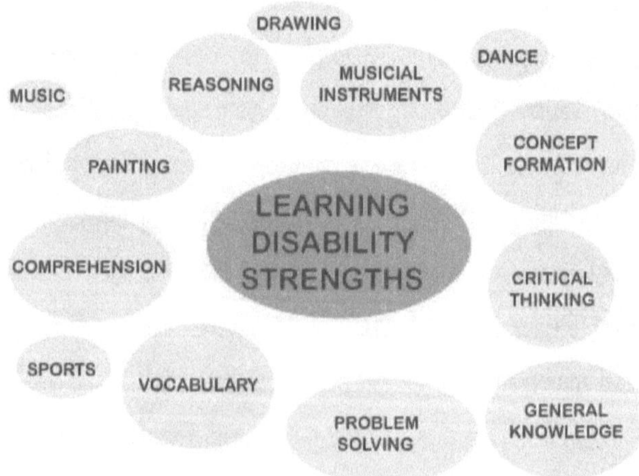

"வீட்டில் பரஸ்பர மரியாதையை வளர்ப்பதில் பாராட்டு மிக முக்கிய பங்கு வகிக்கிறது."

கற்றலில் சிரமம் இருக்கும் குழந்தைகளுக்கு கூடவே மன அழுத்தமும் ஏற்படுவது என்பது அதிகமாக இருக்கும். ஏன் அவர்களுக்கு மன அழுத்தம் ஏற்படுகிறது?

- பிரச்சனையை எவ்வாறு தீர்ப்பது அல்லது சமாளிப்பது என்று புரியாமல் இருப்பது.

- அவர்களுக்கு அதிக குழப்ப மனநிலை இருக்கக்கூடும்.

- மற்றவர்களுடன் தன்னை ஒப்பிட்டுக் கொள்வது அல்லது மற்றவர்களை விட பின்தங்கியவர்களாக நினைப்பது.

- அவர்களுக்கு நிறைய பயங்கள் மற்றும் சந்தேகங்கள் ஏற்படுவது

- அவர்கள் தங்களுடைய வாழ்க்கையில் தோல்வி அடைந்தவர்களாக கருதிக் கொள்வது.

- தங்களுடைய எதிர்காலத்தைப் பற்றி நினைத்து வருந்துவது

இவ்வாறு அவர்களுடைய மனதில் எண்ண அலைகள் ஓடிக் கொண்டே இருக்கும்.

கற்றலில் சிரமம் உள்ள குழந்தைகளுக்கு என்ன தேவைப்படுகிறது

- பாதுகாப்பான சூழல் கொடுப்பது
- நேர்மறையான தொடர்புகளை வளர்ப்பது
- தேவைப்படும் பொழுது மருத்துவ உதவிகள் வழங்குவது
- திறன்களை வளர்க்க உதவுவது

திரை நேரம்

உலக சுகாதார அமைப்பு (WHO) அறிவுறுத்துவது என்னவெனில், குழந்தை பிறந்து 2 வருடம் வரை அவர்களுக்கு திரை நேரம் இல்லை. அதாவது எந்தவிதமான திரைக்கும் பழக்கக்கூடாது. அது தொலைக்காட்சி, கைபேசி, கணினி, மடிக்கணினி முதலியன ஆகும். அதனால் ஏற்படும் விளைவுகள் என்னவெனில்,

- குழந்தைகளுக்கு குறுகியகவன இடைவெளி (Shorter Attention Span) இருக்கும்
- மனிதர்களைப் புரிந்துகொள்வதில் கடினம் (Lower Empathy)

- குழந்தைகள் இயந்திரங்கள் வழியாக கற்றல் என்பது இயலாத விஷயம். மனிதத் தொடர்புகள் வழியாகத் தான் கற்க முடியும்.

- அதிக திரை நேரம் குழந்தைகளின் கவனத்தை சிதைக்கிறது

- அனுதாபத்தைக் குறைக்கிறது

- வாய்மொழி அல்லாத (Non-Verbal Cues) குறிப்புகளைப் படிக்கும் திறனைத் தடுக்கிறது மற்றும் சமூகத் திறன்களையும் கற்பதைத் தடுக்கிறது. இவை இரண்டும் தான் மற்றவர்களின் பிரச்சனைகளும் புரிந்து கொள்ள உதவுகிறது.

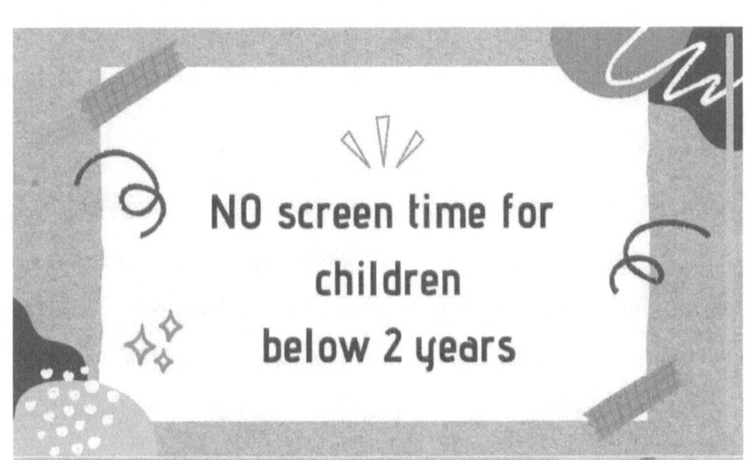

குழந்தைகள் மேதைகளாகவும், புரிதல் உள்ளவர்களாகவும், வளர வேண்டுமெனில், அவர்கள் மனிதர்களுடன் பழகுவதால் மட்டுமே முடியும்.

நேருக்கு நேராக முகம் பார்த்து பேசுவதாலும், பழகுவதாலும் மட்டுமே குழந்தைகளால் வாய்மொழி அல்லாத குறிப்புகள் புரிந்து கொள்ள முடியும் மற்றும் அதற்குண்டான விளக்கத்தையும் அறிய முடியும்.

டிவைன் அம்மாக்களின் சவால்கள்

டிவைன் குழந்தைகளை வளர்ப்பது என்பது ஓட்டப்பந்தயத்தில் ஓடும் போது முடியும் இடம் தள்ளிக் கொண்டே போனால் எப்படி இருக்குமோ அப்படி இருக்கும். மேலும் அதற்கு எந்தவிதமான உற்சாகமோ, ஆரவாரமோ இல்லாமல் இருப்பது மாதிரி

சிறப்புக் குழந்தைகளை வளர்க்கும் பெற்றோர்கள் எப்பொழுதுமே விழிப்புடன் இருப்பது அவசியமாகிறது. ஏனெனில் பெற்றோருக்கு தெரியாமல் குழந்தைகள் கேட்கும் படியாக ஏதாவது தவறாக மற்றவர்கள் சொல்லிவிடுவார்களோ? என்று. அதனால் அவர்கள் தங்களுடைய விழிப்பு நிலையிலிருந்து பின் வாங்குதல் கூடாது.

டிவைன் குழந்தைகளை வளர்ப்பதற்கு பொருளாதாரம் தடையில்லாமல் இருப்பது அவசியமாகிறது. தங்களுடைய குழந்தைகளுக்கு மருத்துவரிடம் அழைத்துச் செல்வது, சிகிச்சையாளரிடம் அழைத்துச் செல்வது என்று நிறைய செய்ய வேண்டியுள்ளது. அதனால் பொருளாதாரச் சிக்கலில் இருப்பவர்களுக்கு அது மிகவும் கவலையை கொடுக்கும்.

குழந்தைகளுக்கு பிரச்சனை இருக்கும் வீடுகளில், பெற்றோர்களிடையே கருத்து வேறுபாடு நிலவுகிறது. நிறைய வீட்டில் கருத்து வேறுபாடு இருப்பது தான். ஆனால் டிவைன் குழந்தைகள் இருக்கும் வீடுகளில் இதனுடைய சதவீதம் அதிகமாக இருக்கிறது. சில வீடுகளில் தாய்மார்கள் தனித்து விடப்படுகிறார்கள். பெற்றோர்களிடையே புரிதல் குறைகிறது. அல்லது சிலர் சமுதாயத்திற்காகவோ அல்லது குடும்பத்துக்காவே எந்தவித நெருக்கமும் இன்றி சேர்ந்து இருக்கிறார்கள். அதாவது, வெளி உலகத்திற்கு மட்டுமே அவர்கள் சேர்ந்து இருத்தல் ஆனால் வீட்டிலோ தனித்தனியாவே இருப்பது.

குழந்தை வளர்ப்பு என்பது ஒரு கலை. அதில் எவ்வளவு சிரமங்கள் இருந்தாலும் அதையெல்லாம் பொருட்படுத்தாது செய்வது தான் அதன் சிறப்பு. ஏனென்றால் ஒவ்வொரு பெற்றோரும் தங்களுடைய குழந்தைகளுக்காக எதையும் செய்ய தயாராக இருக்கிறார்கள். ஆனால் இதுவே ஒரு

சிறப்புக் குழந்தைக்குப் பெற்றோர் என்றால் அவர்கள் சந்திக்கும் சவால்கள் மிக மிக அதிகம். முதலில் அந்தக் குழந்தைகளுடன் உரையாடல் என்பது சாதாரணமாக இருக்காது. அவர்களுக்கு பேச்சுத்திறன் குறைவாக இருக்கும். அதனால் அவர்களுடன் தொடர்பு கொள்வதே சவாலான விஷயம் தான். அவர்களுடன் எவ்வாறு உரையாடுவது என்று தெரிந்து கொண்டு அதற்குப்பின் தான் உரையாட முடியும். அதுவும் ஒரு குறிப்பிட்ட அளவே அவர்களுடன் உரையாட முடியும். அவர்களுடன் உரையாட தனித்திறமையை வளர்த்துக் கொள்ள வேண்டும். ஒரு சிறப்பு சிகிச்சையாளரிடம் பயிற்சிக்கு குழந்தையை அனுப்ப வேண்டும். அவர்களுடைய தேவைகளை அவர்களால் சொல்ல முடிவதில்லை. இதுவே சில சமயங்களில் மன அழுத்தத்தை ஏற்படுத்தும். அதனால் பெற்றோர்களுக்கு பொறுப்புகள் அதிகரிக்கும். அவர்களை எப்பொழுதும் கண்காணிக்க வேண்டும். அவர்களைப் புரிந்து கொள்ள வேண்டும். அவர்களுக்கு தேவையானதை நிறைவேற்றிக் கொடுக்க வேண்டும். இந்த மாதிரி விஷயங்களில் சில சமயங்கள் அவர்கள் பொறுமை இழக்க நேரலாம். அதனால் தங்கள் மீது நம்பிக்கை குறையலாம். அதனால் டிவைன் குழந்தைகளிடம் எப்படி தொடர்பு கொள்ள வேண்டும் என்று புரிந்து வைத்துக் கொள்வது சிறந்தது. அது குழந்தையுடன் பழகப்பழக தெரிந்து விடும். அடுத்து சமுதாயத்தின்

எதிர்பார்ப்பை கையாள தெரிந்து கொள்ள வேண்டும். சில சமயங்களில் சமுதாயத்திடம் இருந்து ஒதுங்கி இருக்க வேண்டிய சூழ்நிலைகளும் ஏற்படுகிறது. அதனால் தான் சமுதாயத்திற்கு விழிப்புணர்வு புகட்ட வேண்டியது நம் ஒவ்வொருவரின் கடமை என்றே கூறலாம்.

டிவைன் குழந்தைகளுக்கு தொடர் கவனமும், நிறைய ஆதரவும் தேவைப்படுகிறது. அதனால் நிறைய நேரம் அவர்களுடன் செலவழிக்க வேண்டிய கட்டாயம். அவர்களைப் பிறரிடம் அனுப்பி பார்த்துக் கொள்ள சொல்லவும் முடியாது. ஏனென்றால் அவர்களைப் புரிந்து கொண்டு அவர்களுக்கு தேவையானதைச் செய்வது என்பது அந்தக் குழந்தைகளுடன் பழகியவர்களுக்கே முடியும்.

குழந்தை வளர்ப்பு என்பது நிறைய சந்தேகங்கள் மற்றும் குழப்பங்கள் நிறைந்தது. ஒவ்வொரு முடிவு எடுப்பதற்கும் நிறைய சிந்திக்க வேண்டியுள்ளது. அதனால் ஒவ்வொரு பெற்றோரும் தங்களுடைய உள்ளுணர்வை நம்ப வேண்டும். மேலும் இந்த மாதிரி குழப்பங்கள் சந்தேகங்கள் என்பது டிவைன் குழந்தைகளை வளர்க்கும் பெற்றோர்களுக்கு மட்டுமல்ல, எல்லா பெற்றோர்களுக்கும் உரிய ஒன்றாகும்.

குழந்தைகள் வளரும் போது, உடன் பிறந்தவர்களுடனான போட்டிகள், சண்டைகள் என்பது சாதாரண விஷயம். டிவைன்

குழந்தைகளுக்கு சில சூழ்நிலைகள் புரியாமல் நடந்து கொள்ளும் போது, பெற்றோர்கள் அவர்களுக்கிடையே ஓர் ஆரோக்கியமான உறவை ஏற்படுத்த முற்பட வேண்டும். எல்லாக் குழந்தைகளையுமே ஒரே மாதிரி நடத்துவது என்பது மிகவும் முக்கியமானது. அவர்களை எந்த விதத்திலும் ஒப்பிடாமல் ஒவ்வொருவருக்கும் உண்டான தேவையை புரிந்து கொண்டு அவர்களை நல்ல ஆரோக்கியமான உறவை ஏற்படுத்த வழிவகுக்கலாம்.

டிவைன் குழந்தைகள் உள்ள வீட்டில் மருத்துவச் செலவுகள் அதிகரிக்கும். அதை ஈடு செய்ய பெற்றோர்கள் இருவரும் வேலைக்கு போக முடியாத சூழ்நிலை. ஏனெனில், குழந்தையை கவனிக்க யாராவது ஒருவர் அவசியம் வீட்டில் இருக்க வேண்டும். அதனால் அவர்கள் குழந்தையின் நலனிலும் தங்களுடைய நலனிலும் அதிகம் அக்கறை எடுத்துக் கொள்ள வேண்டும். பொருளாதாரத்தில் சிரமப்படும் குடும்பங்களுக்கு முடிந்தளவு ஆதரவு கொடுக்கலாம்.

PARENTING A CHILD WITH SPECIAL NEEDS

1. Patience
2. More energy
3. More time
4. Kindness and understanding
5. Good and liable friends, family, support groups...
6. Money for critical expenses
7. An emotional outlet
8. Understanding their uniqueness
9. Working on their strengths
10. Not comparing with others

பெற்றோரின் கூட்டணி

அரசியல் கூட்டணி கேள்விபட்டிருப்பீர்கள். ஆனால் இது என்ன பெற்றோர் கூட்டணி என்று யோசிக்கிறீர்களா? குழந்தை வளர்ப்பில் பெற்றோர் இருவரும் சேர்ந்து வளர்க்கும் பொழுது அந்தக் குழந்தைக்கு உணர்ச்சி ரீதியாக ஆதரவு கிடைக்கிறது. அப்படி கிடைக்கும் பொழுது அவர்கள் மனதளவில் மிகவும் ஆரோக்கியமாக வளர்வார்கள். தங்களுடைய முரண்பாடான எண்ணங்களை குழந்தைகள் முன் விவாதிக்காமல் இருப்பது மற்றும் ஒருவரை ஒருவர் குற்றம் பார்க்காமல் இருப்பது என்பது ஒரு ஆரோக்கியமான குடும்பத்திற்கு அடையாளாம். குழந்தைகளுக்கு குடும்பச் சூழல் மிகவும் நம்பகத்தன்மை வாய்ந்ததாக இருக்க வேண்டும். மேலும் அவர்கள் மீது கவனம் செலுத்துவது, நல்ல முறையில் வளர்ப்பது, அவர்களிடம் பாசத்துடன் இருப்பது என்று செய்யும் பொழுது அந்தக் குடும்பச் சூழல் குழந்தைகளுக்கு வாழக் கற்றுத் தருகிறது. பரிசுப் பொருட்கள் வாங்கிக் கொடுத்து தான் பாசம் காட்ட வேண்டும் என்பதில்லை. அவர்களுக்கு தேவைப்படும் பொழுது உணர்ச்சி பூர்வமாகவும், உணர்வு ரீதியாகவும் ஆதரவு கொடுத்தாலே போதும். அவர்களுக்கு தன்னம்பிக்கை அதிகரிக்கும். அவர்களிடத்தில் இருக்கும் சிறப்புத் தன்மையை பார்க்காமல், திறன்களைப் புரிந்து கொண்டு அதை வளர்க்க உதவ

வேண்டும். அவர்கள் செய்யும் சின்னச்சின்ன முயற்சியும் பாராட்ட வேண்டும், கொண்டாட வேண்டும். அவர்களை யாராவது குறையாக பார்த்தாலோ, குறைவாகப் பேசினாலோ, குழந்தைகளுக்காகத் தான் வாதாட வேண்டும். மேலும் குழந்தைகளுக்கு கொடுக்கப்படும் சிகிச்சைக்கு நாம் கூடவே இருந்து பார்த்துக் கொள்ள வேண்டும்.

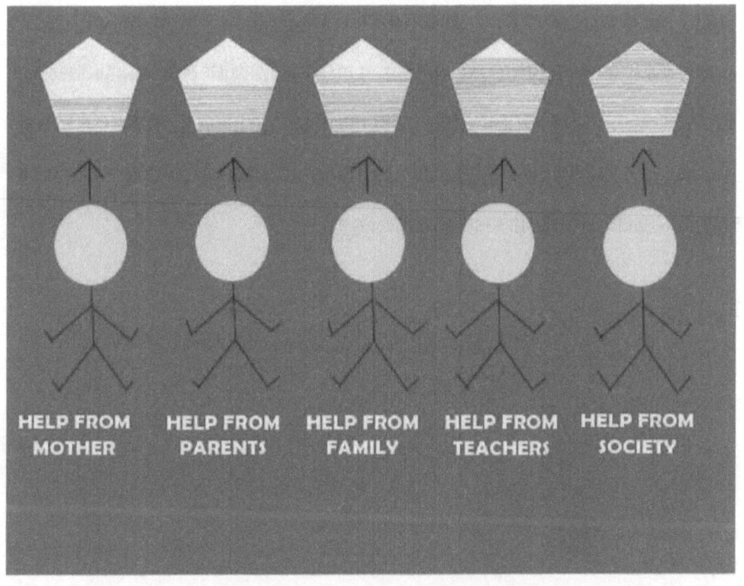

டிஸைவன் குழந்தைகளுக்கென சில குணாதிசயங்கள்

நேர்மை-அவர்களிடத்தில் நேர்மறையான குணம் இருக்கும். அவர்களுக்கு பொய் சொல்லத் தெரியாது. வகுப்பில் பிரச்சனை நடக்கும் போது, ஆசிரியர்களிடம் மற்ற

மாணவர்கள் உண்மை சம்பவத்தை மறைத்து விடுவதுண்டு. ஆனால் இவர்களிடம் கேட்கும் போது, இவர்களால் பொய் சொல்ல முடியாது. உண்மையைக் கூறிவிடுவர். அவர்களுக்கு சில விஷயங்களில் நம்பிக்கை ஏற்பட்டால், அந்த எண்ணத்தில் இருந்து அவர்கள் மாற்றிக் கொள்ளவே மாட்டார்கள்.

அவர்களிடம் இரக்க குணம் அதிகம் இருக்கும். படிப்பை தவிர மற்ற விஷயங்களில் அவர்கள் சிறந்து விளங்குவர். படம் வரைதல், வண்ணம் தீட்டுதல், பாடுதல், இசைக் கருவிகளை வாசித்தல், விளையாட்டு, சமையலில் சிறந்து விளங்குவது, நடிப்பு, கணினியில் திறம்பட இருத்தல் என்று அவர்களுடைய திறமைகள் ஏராளமாக இருக்கிறது.

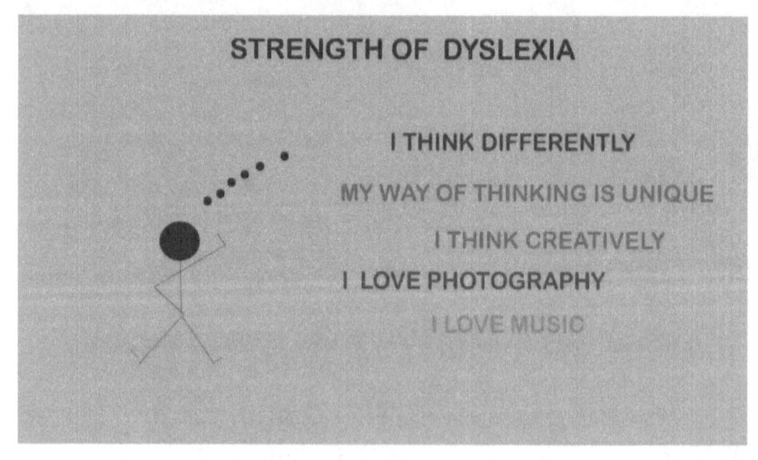

டிவைன் குழந்தைகளின் போராட்டங்கள்

டிவைன் குழந்தைகளுக்கு அவர்களின் பெற்றோர்களை விட மனதளவில் நிறைய காயங்கள் இருக்கும். ஏனெனில் அவர்கள் தான் நேரடியாக தொடர்பில் உடையவர்கள். பள்ளிக்கூடம், வீடு, சமுதாயம் மற்றும் பொது இடங்கள் என்று அவர்கள் எங்கு சென்றாலும் நிறைய சிரமங்கள் சந்திக்கிறார்கள். அவர்களுடைய வாழ்க்கையில் பாராட்டு என்பது அவர்களுக்கு மிகவும் குறைவாகவோ அல்லது கிடைக்காமலோ தான் இருந்திருக்கும். அவர்கள் நிறையவே எதிர்மறை விமர்சனத்துக்கு உள்ளாக்கப்பட்டிருப்பார்கள். சமூக விதிமுறைகள் பின்பற்றுவதில் நிறைய குழப்பங்கள் இருக்கும். குறிப்புகள் மூலம் உணர்த்தப்படும் விஷயங்கள், புரிந்து கொள்வதில் சிரமம் இருக்கும். சில நடவடிக்கைகளுக்கு அர்த்தம் புரியாமல் குழப்பம் அடைவர். அவர்கள் சொல்ல வரும் விஷயத்தை சில சமயங்களில் சரியாக சொல்ல முடியாமல் போவது, அல்லது அதை கேட்கிறவர்கள் அதை வேறு ஆத்தத்தோடு பார்ப்பது. அதனால் அவர்கள் பழகுவதற்கு நண்பர்கள் கிடைக்காமல் போவது.

அவர்களுடைய மிகப்பெரிய பிரச்சனை படிப்பு மட்டுமே. அதனால் அவர்கள் அதிக சவால்களை சந்திப்பதும் படிப்பினால் மட்டுமே. அவர்களால் படிக்க முடியவில்லை

என்பதை பெற்றோர்களாலும், ஆசிரியர்களாலும் சில நேரங்களில் புரிந்து கொள்ள முடிவதேயில்லை. அந்தக் குழந்தைகளின் மனதில் படிப்பு என்றாலே ஒரு வித பய உணர்வு ஏற்படும் வகையில் தான் இருக்கும். அதனால் அவர்களுக்கு அதிகமான எதிர்மறை உணர்ச்சிகள் ஏற்படுவதற்குக் காரணமும் அதுவாகத்தான் இருக்கும். படிப்பில் குறையிருப்பதை அதிகமாக விமர்சனம் செய்யும் பொழுது அவர்களுடைய சுயமரியாதையையும், தன்னம்பிக்கையும் இழக்கிறார்கள். அதனால்தான் அவர்கள் தங்களுடைய தவறுகளைத் திருத்திக் கொள்ள முற்படுவதில்லை. அதனால் பெற்றோர்களுக்கும் குழந்தைகளுக்கும் இடையே ஓர் இடைவெளி உண்டாகக்கூடும். இந்த மாதிரி உள்ள டிவைன் குழந்தைகள் தங்களுடைய சிறு வயதில் நடந்த சில நிகழ்வுகளையும் ஏன் நாள், தேதி, என் எல்லாமே சரியாக நினைவில் வைத்திருப்பார்கள். இந்த நாளில் இந்தத் தேதியில் நான் 3ஆம் வகுப்பு படிக்கும் பொழுது என் வகுப்பு ஆசிரியர் என்னை எல்லோர் முன்னிலையிலும் திட்டி தண்டனையும் கொடுத்தார் என்று கூறுவார்கள். அவர்களிடம் கூறும் வேலையை நிதானம் இல்லாமல் செய்யும் போது அவர்களை விமர்சனம் செய்திருப்பார்கள். அதையும் அவர்கள் மறக்க மாட்டார்கள். எப்பொழுது கேட்டாலும் அப்பொழுது நடந்த மாதிரி அவ்வளவு சரியாகக் கூறுவார்கள். இந்த மாதிரி விஷயங்களில்

அவர்களுடைய ஞாபகத்திறன் மிகவும் அபாரமாக இருக்கும். குழந்தைகள் செய்கிற தவறை சுட்டிக்காட்டும் போது, அதை அவர்கள் விமர்சனம் செய்வதாக எடுத்துக் கொள்ளக்கூடும். அதனால் அவர்கள் தவறை திருத்திக் கொள்வதை விட அவர்களுக்கு சொல்பவர்கள் மீது கோபம் தான் வருகிறது. ஆனால் இதுவே அவர்களின் தவறைச் சுட்டிக்காட்டாமல், அவர்கள் செய்யும் சின்னச்சின்ன நல்ல விஷயங்கள், மற்றும் படிப்பில் சிறு முன்னேற்றம் இருப்பினும் அதைப் பாராட்டும் பொழுது, அவர்கள் தன்னை மாற்றிக் கொள்ளக்கூடும். மேலும் அவர்களுக்குச் சாதகமானக் கருத்துக்களைக் கூறும்போது அவர்களுக்கு தன்னம்பிக்கையும் ஏற்படக்கூடும். இல்லையெனில், அவர்களிடம் உள்ள குறைகளைக் கூறும் பொழுது அவர்களுடைய இயலாமை அவர்களை சங்கடப்பட வைக்கும். அவர்கள் செய்யும் தவறுகளைச் சுட்டிக்காட்டும் முன் அவர்களிடம் உள்ள நல்ல விஷயங்கள் சிலவற்றைக் கூறிய பின், அவர்களுக்கு பாதிக்காத வண்ணம் அவர்களுடைய தவறுகளைச் சொல்லலாம். அதாவது முதலில் அவர்களிடம் உள்ள நல்லவற்றைக் கூறியபின், அவர்கள் திருத்திக் கொள்ள வேண்டியதை மெதுவாக கூற வேண்டும்.

ஒரு தாய் தன்னுடைய கற்றலில் சிரமம் உள்ள குழந்தையை ஏற்றுக் கொள்ளும் பொழுது, எப்படி ஒரு வித அமைதியைத் தருகிறதோ, அதேப்போல் டீவைன் குழந்தை தங்களுடைய

சிரமத்தை, "தங்களுடைய மற்றொரு பகுதி"யாக ஏற்றுக் கொள்ளும் பொழுது, எந்தவிதமான விமர்சனங்கள் வந்தாலும் அதை அவர்களால் ஏற்றுக் கொள்ள முடியும். அதனால் அந்தக் குழந்தைகளால் என்ன செய்ய முடியுமோ, அதாவது அவர்களால் எளிதாக அடைய முடிகிற இலக்குகளை நிர்ணயம் செய்ய வேண்டும். அந்த இலக்குகளை அவர்கள் அடையும் போது அவர்களுக்குள் தன்னம்பிக்கை ஏற்படும்.

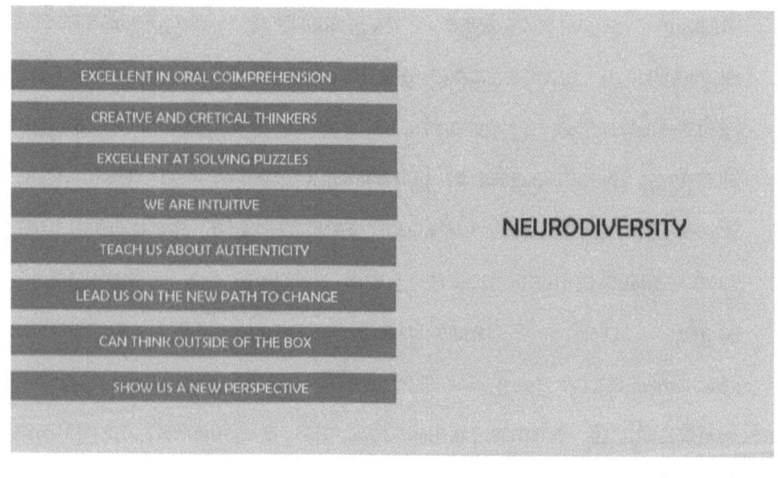

முடிவுரை

இந்தப் புத்தகத்தில் கற்றலில் சிரமம் உள்ள குழந்தையின் தாயானவள் தன் குழந்தையைப் பார்த்துக் கொள்ள எப்படியெல்லாம் போராட வேண்டியுள்ளது என்று குறிப்பிட்டுள்ளேன்.

"நாம் கற்றலில் சிரமம் (Dyslexia, ADHD, Autism....) உள்ளக் குழந்தையை வளர்க்க போராடுகிறோம். ஆனால் அவர்களுடைய போராட்டம் இன்னமும் அதிகம். ஏனெனில் அவர்கள் தான் சிரமத்தை நேரடியாக சந்திக்கிறார்கள் அவர்களுடைய போராட்டத்தின் விளைவே டிவைன் அம்மாக்களின் போராட்டம்."

அவர்களுடைய சிரமத்தைப் பற்றி ஏன் திரும்பத்திரும்ப பேச வேண்டும் என்று தோன்றலாம். ஏனென்றால் அவர்களை எப்படி வளர்க்க வேண்டும் என்ற எந்த ஒரு விதிமுறையும் இல்லை, அது யாருக்கும் தெரிவதும் இல்லை. ஆனால் ஒரு பெற்ற தாய் தன் குழந்தை எப்படி இருந்தாலும், அதில் எவ்வளவு கஷ்டங்கள் இருந்தாலும், அதில் எவ்வளவு சவால்கள் இருந்தாலும் அவர்களை நேசிப்பார்கள், அவர்கள் தான் வாழ்க்கைக்குத் தேவையான நிறைய விலைமதிப்பில்லா பாடங்களைகற்றுக் கொடுக்கிறார்கள். சில நிஜங்கள் நம்மை

மாற்றும் அந்த மாற்றத்திற்கு நாங்கள் நன்றியுணர்வுடன் இருக்கிறோம்.

அவர்களை வளர்க்கும்போது நிறைய அனுபவங்கள் கிடைக்கப் பெறுகிறோம். அதில் முதலாவது நிபந்தனையற்ற அன்பு ஆகும். வெற்றி என்பது வெளிப்புற செயல்கள் அல்ல, சின்னசின்ன வேலைகள், முயற்சிகள் கூட அதிக சந்தோஷத்தைத் தரும் பின் தினமும் வாழ்க்கையில் புதுப்புது விஷயங்களை கற்கிறோம். மன உறுதி பெறுவது, எதையும் ஏற்றுக் கொள்ளும் பக்குவம், இரக்கம், பணிவு போன்ற சில குணங்களும் உண்டாகிறது. வாழ்க்கையில் புதுப்புது மனிதர்களை சந்திக்க முடிகிறது. டிவைன் அம்மாக்கள் ஒன்று கூடும் போது நாம் அனைவரும் ஒரே குடும்பம் என்ற உணர்வு ஏற்படுகிறது.

எல்லாக் குழந்தைகளுக்கும் அன்பு, அரவணைப்பு, ஊக்கம், ஆதரவு, உறுதுணை தேவைதான். ஆனால் ஒரு டிவைன் குழந்தைக்கு இன்னும் கொஞ்சம் அதிகமாகத் தேவைப்படுகிறது. மனதளவில் வலிமை குறைந்து இருக்கும், அவர்களுக்கு கொஞ்சம் கூடுதலாக இதையெல்லாம் கொடுத்தால், அதைப் பெற்றோருடன் கூடவே அவர்களது குடும்பமும், சமுதாயமும் கொடுத்தால் அந்தக் குழந்தைகளுக்கும் தாய்மார்களுக்கும் மிகப்பெரிய உதவியாக

இருக்கும். மேலும் அவர்களிடம் இருக்கும் தனித்திறமையை வெளிக்கொண்டு வர உதவியாக இருக்கும்.

இந்தப் பயிற்சியில் நாம் துயரம் என்றால் என்ன என்பதைப் பார்த்தோம். அதன் வகைகளையும் பார்த்தோம். பின் துயரத்தில் ஒரு நிலை தான் மறுத்தல். மறுத்தலில் இருப்பதால் சில விஷயங்களை நம்மால் தீர்வு காண முடியாது. எந்த ஒரு துயரமாக இருந்தாலும் அதை எதிர்கொள்ளவும், சமாளிக்கவும் வேண்டும் மற்றும் உண்மைநிலையோடு ஒத்துப்போதல் வேண்டும். அதற்கான முயற்சிதான் இந்தப் பயிற்சி.

இந்தப் பயிற்சியால், குழம்பிய மனதிற்கு ஒரு தெளிவு கிடைக்கும். நாம் வாழும் வாழ்க்கை உண்மையானதாகவும், நிறைவானதாகவும் இருக்கும்.

மறுத்தலில் இருந்து வெளியே வருவது என்பது உண்மையை புரிந்துகொள்கிறோம் என்றும் பிரச்சனையைப் பிரச்சனையாகப் பார்க்காமல், அதற்குரிய தீர்வையும் தேடத் தொடங்கியுள்ளோம் என்பதற்கான அறிகுறியே ஆகும்.

இந்த பயிற்சி செய்யும் பொழுது நம்மைப் பற்றி நாமே உணர முடியும். இந்த பயிற்சி செய்வதால் நல்ல ஆக்கப்பூர்வமான மாற்றத்தைக் கொடுக்கும்.

வாழ்வில் நாம் ஒரு கட்டத்தில் இருந்து அடுத்தக் கட்டத்திற்கு செல்ல முயற்சியும், பயிற்சியும் தேவை. முயற்சியுடன் பயிற்சியும் எடுத்துக் கொண்டால் நம்முடைய இலக்கு முன்னோக்கி சென்று கொண்டே இருக்கும் மற்றும் நாம் நம்மை வலிமைப்படுத்திக் கொள்ளவும் முடியும்.

இந்தப் பயிற்சி உங்களை நீங்களே சுய பரிசோதனை செய்து கொள்ளவும், உங்களுடைய தனிப்பட்ட வளர்ச்சிக்காவும், மேலும் நீங்கள் நீங்களாகவே வாழ வழிவகுக்கும். உங்களுக்குள் இருக்கும் சக்தியானது உங்களை மறுத்தலில் இருந்து வெளியே கொண்டு வரவும், உங்கள் வாழ்க்கையை நிஜத்துடன் ஒருங்கிணைக்கவும், முன்னோக்கிச் செல்லவும், உங்களது வாழ்க்கைப் பயணத்தை குறிப்பிடத்தக்க இலக்கை அடையவும் வழிவகுக்கும்.

மேலும் சமுதாய ஒத்துழைப்பும், குடும்ப ஒத்துழைப்பும் இருக்குமேயானால், டிவைன் தாய்மார்கள் மறுத்தலில் இருந்து வெளியே எளிதாக வரமுடியும் என்ற கருத்தையும் கூறுகிறேன். இது சமுதாயப் பொறுப்பு மற்றும் குடும்ப பொறுப்பும் ஆகும்.

எந்த ஒரு குழந்தையாக இருந்தாலும், அன்பும், அரவணைப்பும் கொடுத்து வளர்க்கப்படும் போது, அவர்கள் வளர வளர மிகப் பெரிய சிறந்த மனிதர்களாக வலம் வளருவார்கள். டிவைன்

குழந்தையை வளர்ப்பது என்பது சிரமமாக இருந்தாலும் அவர்களை எவ்வாறு நல்ல விதமாக வளர்ப்பது, அதற்கு பெற்றோர் என்னென்ன செய்யலாம். எப்படி அவர்கள் தங்களுடைய குழந்தை வளர்க்கலாம், அவர்களுக்கு தேவைப்படும் குணங்களை எப்படி பெறலாம் போன்ற கருத்துக்கள் கூறியிருக்கிறேன். ஒவ்வொருவரும் தம்முடைய வலிகளை வழிகளாக எப்படி மாற்றிக் கொள்வது, மேலும் அவர்கள் மிகவும் வலிமையானவர்கள் என்பது என் கருத்து.

முடிவாக எல்லோரும் கற்றலில் சிரமம் இருக்கும் குழந்தைகளைப் பற்றி தெரிந்து கொள்ள வேண்டும். அவர்களைக் கடவுள் கொடுத்த பரிசாக நினைக்க வேண்டும். அவர்களும் இந்த சமுதாயத்தில் ஒருவர் என்றும், அவர்களுக்கும் இந்த சமுதாயத்தில் எல்லா உரிமைகளும் உண்டு என்பதை உணர்த்துவதே இந்தப்புத்தகம்.